மெல்லப் பேசும் கதைகள்

குல்சும் பஷீர்

ISBN 979-8-89322-872-4

என்னால் முடியும் என்று நம்பிய என் தாய்,

நபிஸா பேகம் அவர்களுக்கு

இது சமர்ப்பணம்.

உள்ளடக்கம்

ஹாஸ்டல் அறைக்குள் வந்த பாம்பு

நான் கல்லூரியில் படிக்கும் போது கல்லூரி விடுதியில் தங்கியிருந்தேன். முதுகலைப் படிக்கும் மாணவர்களுக்குத் தனி அறைகள் ஒதுக்கி இருந்தார்கள்.

கல்லூரி விடுதியில் நான் கழித்த நாட்கள் இன்பமானவை. ஒரே ஒரு சம்பவம் தவிர்த்து. அதை நினைத்தால், இன்றும் என் குலை நடுங்கும்.

எனக்கு நன்றாக ஞாபகம் இருக்கிறது. அது மார்ச் 31ஆம் தேதி.

நானும், என் தோழி லைலாவும் கீழ்த்தளத்தில் இருந்த எங்கள் அறைகளின் அருகில் நின்று பேசிக் கொண்டிருந்தோம். வெளியில் நின்ற சில பெண்கள் திடீரென்று,

"ஐயோ, பாம்பு, பாம்பு," என்று குரல் எழுப்பினார்கள்.

பாம்பு என்றால் படையும் நடுங்கும் அல்லவா? லைலாவும் நானும் "எங்கே? எங்கே?" என்று கேட்டப்படி, அவர்கள் அருகில் ஓடினோம்

"அந்தப் பக்கம் தான் போனது," என்று அவர்கள் கையை நீட்டிக் காட்டினார்கள்.

ஆனால் அந்தப் பக்கம் பாம்பு எதுவும் தென்படவில்லை. கொஞ்ச நேரம் தூரமாக நின்று தேடிவிட்டு, ஒருவர் பின் ஒருவராக எங்கள் அறைகளுக்குச் சென்றோம்.

“அந்த பாம்பு எங்கே போயிருக்கும்?” என்று லைலா கேட்டாள்.

“ஏதாவது புதருக்குள் ஒளிந்திருக்கும். நாளை வார்டன் மேடமிடம் சொல்லலாம்,” என்றேன். “உனக்குத் தனியாகப் படுக்க பயமாக இருந்தால், என் அறையில் வந்து படுத்துக் கொள்ளேன்,” என்று அவளை அழைத்தேன்.

“வேண்டாம்,” என்று மறுத்துச் சென்றவள், கொஞ்ச நேரத்தில் தலையணை, பெட்ஷீட் சகிதம் என அறைக் கதவை தட்டினாள்.

“இன்று உன் அறையிலேயே தங்கிக் கொள்கிறேன்,” என்று சொல்லி உள்ளே வந்தாள். தரையில் படுக்கப் போன அவளை, “கட்டிலில் என்னுடன் படுத்து கொள்ளேன்,” என்றேன்.

“இல்லை. இல்லை. நீ தனியாகப் படுத்துக்கொள். கீழே வசதியாகத் தானே இருக்கிறது,” என்று சொல்லி பெட்ஷீட்டைத் தரையில் விரித்து படுத்துக் கொண்டாள்.

இரவு மெதுவாக நகர்ந்தது. நடு இரவில் என்னை எழுப்பினாள்.

“தள்ளிப் படுத்துக் கொள். நானும் கட்டிலில் உன்னுடனேயே படுத்துக் கொள்கிறேன்,” என்றாள்.

நானும் நகர்ந்து படுத்தேன். இருவரும் தூங்க வெகு நேரமானது.

மறுநாள் ஏப்ரல் ஒன்று. முட்டாள்கள் தினம். விடுதியில் இருந்த பெண்கள், ஒருவரை ஒருவர் ஏமாற்றிக் கேலிச் செய்து, சிரித்துக் கொண்டு இருந்தார்கள்.

காலை பத்து மணியளவில் அறைகளைச் சுத்தம் செய்யும் அக்கா வந்தாள்.

“உன் அறையைப் பெருக்கவா?” என்று கேட்டாள்.

“ஆமாம் அக்கா, பெருக்க வேண்டும். தயவுசெய்து, அந்தப் பெட்டியை நகட்டி, அதன் பின்னாலும் கொஞ்சம் சுத்தம் பண்ணுங்களேன்,” என்று மூலையில் இருந்த பெட்டியைக் காட்டினேன்.

“சரி,” என்று அக்கா பெருக்கிக் கொண்டே, லாவகமாக ஒரு கையால் அந்தப் பெட்டியை நகர்த்தினாள்.

பின் அப்படியே நின்றாள்.

“பா, பா, பா,” என்று சத்தம் எழுப்பிக் கொண்டே பெட்டியை காட்டினாள்.

அங்கே தரையில் நெளிந்தது ஒரு பாம்பு.

தலையை தூக்கி, நாக்கை ஆட்டி ஆட்டி, பார்க்கவே நம் ரத்தம் உறைந்து போய்விடும் போல் இருந்தது.

நான் கொஞ்சம் தைரியசாலி. மயங்கி விழவில்லை. பெருக்க வந்த அக்காவைத் தரதரவென்று வெளியே இழுத்து வந்து விட்டேன். அறை கதவை மூடிவிட்டு, மேல் மாடியில் இருந்த வார்டன் அறைக்கு ஓடினேன்.

“பாம்பு மேடம், பாம்பு,” என்று கத்திய என்னை அவர் உடனே நம்பவில்லை.

“ஏப்ரல் ஃபூல் விளையாடுகிறாயா?” என்று கேட்டு சிரித்தார்.

“ஐயோ! நேரம் கெட்ட நேரத்தில் என்ன இது?” என்று நினைத்துக் கொண்டேன்.

உண்மையிலேயே என் அறையில் ஒரு பாம்பு ஒளிந்து கொண்டிருக்கிறது என்று அவர்களை நம்ப வைத்து, அழைத்துச் செல்ல படாதப்பாடுப் பட்டேன்.

பின், தோட்டக்காரன் மற்றும் வாட்ச்மேன் உதவியுடன் பாம்பு பிடிக்கும் ஒருவரை அழைத்து வந்து, அந்த சர்பத்தை அப்புறப்படுத்தினார்கள்.

அன்று முழுவதும் பல மாணவிகள் பாம்பு ஒளிந்திருந்த இடத்தைப் பார்க்க என் அறைக்கு வந்தார்கள்.

எல்லோரும் சென்ற பின் லைலாவிடம் நான் சொன்னேன், "நல்லவேளை நீ தரையில் தூங்கவில்லை, கட்டிலில் படுத்திருந்தாய். இல்லாவிட்டால் என்ன நடந்திருக்கும் என்று என்னால் நினைத்துக்கூட பார்க்க முடியவில்லை."

அதற்கு அவள், "ராத்திரி உன் அறையில், ஒரு ஸ்டீல் பாத்திரம் உருளும் சத்தம் கேட்டது. அதனால் தான் பயந்துப் போய் கட்டிலில் ஏறி உன்னுடன் படுத்துக் கொண்டேன்," என்றாள்.

எனக்கு என் பால் டம்ளர் ஞாபகம் வந்தது.

நான் இரவில் ஹாஸ்டல் மெஸ்ஸிலிருந்து ஒரு ஸ்டீல் டம்ளரில் சூடான பால் எடுத்து வருவேன். சாவகாசமாக அறையில் வந்து குடிப்பேன்.

ஆனால் நேற்று இரவு பாம்பு பற்றிய பேச்சில் குடிக்க மறந்து விட்டேன். அந்த டம்ளரைத் தான் பாம்பு தள்ளி விட்டு இருக்கும்.

அறையில் தேடினோம். டம்ளர் கீழே கிடந்தது. அதைச் சுற்றி, சிந்திய பாலும் காய்ந்து போய் இருந்தது.

"நீ தரையில் படுத்து இருந்து, உன் கையோ காலோ பாம்பின் மேல் பட்டு இருந்தால், என்ன ஆகியிருக்கும்?" என்று லைலாவிடம் கேட்டேன்

“ஒரே போடு போட்டிருக்கும்.” என்று லைலா நடுங்கிய குரலில் சொன்னாள்.

பாம்புக்குப் பயந்து என் அறைக்கு வந்து, பாம்புடனே படுக்கப் போனாள். என்ன கொடுமை இது?

இத்தனைக்கும் அது சாதாரண பாம்பு இல்லை. கொடிய கட்டுவிரியன் பாம்பு. தென் இந்தியாவில், பாம்புக் கடியால் மாண்டு போன பலரை கடித்தது கட்டுவிரியன்கள் தானாம். பாம்பு பிடிக்க வந்தவர் எங்களிடம் சொன்னார்.

அதற்கு பின் அந்த அறையில் நாங்கள் படுக்கவே இல்லை. லைலாவும் நானும் மேல் மாடிக்கு எங்கள் அறைகளை மாற்றிச் சென்று விட்டோம்.

இதற்கு மேலும் ரிஸ்க் எடுக்க முடியுமா என்ன?

ஏபிரமோ கிருஷ்ணன் தூத்துக்குடி வந்த கதை

"ஏபிரமோ கிருஷ்ணன் தூத்துக்குடி வந்த கதையை நான் உன்னிடம் சொல்ல வேண்டும்," என்றாள் என் தூத்துக்குடி அக்கா ஒரு நாள்.

"ஏபிரமோ கிருஷ்ணனா? வித்தியாசமான பெயராக இருக்கிறதே. சரி, சொல்லுங்க," என்றேன்.

ஏபிரமோ ஒன்பது வயது சிறுவனாக இருந்த போது கலிபோர்னியாவில் இருந்து, தூத்துக்குடிக்கு தன் தாத்தா வீட்டுக்கு வந்தான். ஏபிரமோ, கிருஷண் அவர்களின், மகன் வழி பேரன். அவன் அம்மா இத்தாலி நாட்டைச் சேர்ந்தவள். அவர் மகனும் அவளும் அமெரிக்காவில் ஒன்றாகப் படித்த போது காதலித்து திருமணம் செய்து கொண்டார்கள். கிருஷ்ணன் அவர்கள் திருமணத்துக்கு அரை மனதுடன் சம்மதித்தார்.

அவர்களுக்கு ஒரு ஆண் குழந்தை பிறந்தது. பழமையில் ஊறிப்போன கிருஷ்ணன் அவர்கள், தன் ஒரே பேரன், இந்தியக் கலாச்சாரம் மற்றும் பாரம்பரியத்தைப் பற்றி ஏதும் அறியாமல் வளர்கிறானே என்று வருந்தினார்.

ஏபிரமோவுக்கு ஒன்பது வயது ஆகும் போது, அவன் தூத்துக்குடிக்கு வந்து அவருடன் ஒரு வருடமாவது தங்க

வேண்டும் என்று மகனிடமும் மருமகளிடமும் கோரிக்கை வைத்தார்.

அவனுக்கு நம் கோவில்களைக் காட்ட வேண்டும். நம் பழக்க வழக்கங்களைக் கற்றுத் தர வேண்டும். பழமையான கதைகளை அவனிடம் சொல்லி மகிழ வேண்டும். முக்கியமாக வயதான தாத்தாவும் பாட்டியும், அவனைத் தங்கள் அருகே வைத்துப் பார்த்து ரசிக்க வேண்டும் என்று ஆசைப்பட்டனர்.

அவருடைய கோரிக்கையை அதிர்ஷ்டவசமாக அவர் மகனும் அவருடைய இத்தாலிய மருமகளும் ஒப்புக் கொண்டனர்.

இப்படித் தான் ஏபிரமோ தூத்துக்குடியில் தன் தாத்தா பாட்டி வீட்டில் தங்க வந்தான்.

என் அக்காவின் வீடு, கிருஷ்ணன் அவர்கள் வீட்டில் இருந்து இரண்டு வீடுகள் தள்ளி இருந்தது. ஏபிரமோவை அடிக்கடி பார்க்கும் சந்தர்ப்பமும் அவளுக்கு அமைந்தது.

ஏபிரமோ அருமையான சிறுவனாக இருந்தான். பக்கத்து வீட்டுக்காரர்கள், சொந்தக்காரர்கள், கிருஷ்ணன் அவர்களின் கீழ் வேலை செய்பவர்கள் என்று எல்லோருக்கும் அவனை மிகவும் பிடித்து போய்விட்டது.

மேலும் ஏபிரமோ பார்ப்பதற்கு மிகவும் அழகாக இருந்தான். டைட்டானிக் படம் ஹீரோ லியானார்டோ-டி-காப்ரியோ ஜாடையில், நீலக்கண், பொன் நிற முடியுடன் இருந்த அவனை, எல்லோரும் ரசித்தனர்.

ஏபிரமோவை ஊர் பள்ளியில் நான்காம் வகுப்பில் சேர்த்தார்கள். தமிழ் பாட வகுப்பு மட்டும் விடுத்து, மற்ற பாடங்களைப் படிக்க அவனை அனுமதித்தார்கள்.

பள்ளி சென்ற நேரம் போக மீதி நேரங்களில் ஏபிரமோவும் அவன் தாத்தாவும் ஒன்றாக இருந்தார்கள்.

தென்னிந்தியாவில் இருந்த தெய்வ வழிபாட்டுத் தளங்களுக்குப் போனார்கள். நம்மூர் நதிகளில் ஒன்றாக குளித்தார்கள். கல்யாணம் மற்றும் இறப்பு ஊர்வலங்களில் தாத்தாவுடன் ஏபிரமோ கூடவே நடந்து சென்றான்.

கோவில் கடைகளில் திரிசூலம், வில் அம்பு, ஈட்டி, போன்ற ஆயுதங்கள் பிளாஸ்டிக்கில் விற்பார்கள். ஏபிரமோ அவற்றை வாங்கி வந்து, தாத்தா பாட்டியுடன் ஆசை ஆசையாக விளையாடுவான்.

தெருவில் நம்மூர் பையன்களுடன் கோலி விளையாடுவான். தெருவிலுள்ள தூசியும் புழுதியும் அவனை ஒன்றும் செய்யவில்லை.

வெளி நாடுகளிலிருந்து மற்ற குழந்தைகள் வந்தால், எப்போதும் வயிற்றுப்போக்கு, தும்மல், இருமல், காய்ச்சல் என்று அவதிப்படுவார்கள். ஏபிரமோவுக்கு அப்படி ஒன்றும் செய்யவில்லை.

என் அக்கா காலையில் நடைபயற்சி போகும் போது கருப்பு புர்கா அணிந்து செல்வார். ஒருநாள் கிருஷ்ணன் அவர்கள் வீட்டுக்கு, அவன் பாட்டியை பார்க்க என் அக்கா சென்றபோது, அந்த பையன், “எப்போதுமே கறுப்பு உடை அணியும் அந்த லேடி வந்திருக்கிறார்கள்,” என்று ஓடிச் சென்று தன் பாட்டியிடம் சொன்னானாம்.

“கறுப்பு ஆடை பெண்” என்று அவன் மனதில் அவள் இடம் பிடித்தது பற்றி எண்ணி என் அக்கா சிரித்துக்கொண்டாள்.

ஒரு வருடம் கழித்து ஏபிரமோவை திரும்ப அமெரிக்காவுக்கு அனுப்பும் நாளும் வந்தது. கனத்த

இதயத்துடன் அவன் தாத்தாவும் பாட்டியும் அவனுக்கு விடை கொடுத்தனர்.

அவன் சென்ற பின் வீடே வெறிச்சோடி கிடந்தது.

பலர் கிருஷ்ணனிடம், "ஏபிரமோவை இன்னும் கொஞ்சம் காலம் தூத்துக்குடியில் வைத்து இருந்திருக்கலாமே," என்றார்கள்.

அது முடியாத காரியம் என்று கிருஷ்ணன் அவர்களுக்குப் புரிய வைத்தார்.

சில மாதங்கள் கழித்து தாத்தா கிருஷ்ணன் மாரடைப்பால் காலமானார். ஊரே திரண்டு வந்து அவருக்கு இறுதி மரியாதை செலுத்தியது.

வீட்டின் சுவர்களில், எங்கு பார்த்தாலும் மாட்டியிருந்த ஏபிரோமோவின் புகைப்படங்களைப் பார்த்து வியந்தனர்.

நீலக்கண், தங்க முடி, குரூ-கட் சிகை அலங்காரம் கொண்டு, டைட்டானிக் பட ஹீரோவின் சாயல் கொண்ட சிறுவன் அந்த போட்டோக்களில் கிருஷ்ணன், முருகன், நேரு, ராதாகிருஷ்ணன் போன்று உடையணிந்து அழகாக சிரித்துக் கொண்டிருந்தான்.

நான் இங்கு ஏன் பிறந்தேன்?

நான் சிறுவனாக இருந்தப் போது என் அம்மாவிடம் அடிக்கடி ஒரு கேள்வி கேட்ப்பேனாம்,

"அம்மா நான் இங்கு ஏன் பிறந்தேன்? இந்த வீட்டில் உங்கள் மகனாக? வேறு எந்த ஒரு வீட்டிலும் நான் ஏன் பிறக்கவில்லை," என்று.

என் தாயும், மிகவும் கற்பனை வளம் வாய்ந்தவள். அவள் மகனாக நான் ஏன் பிறந்தேன் என்பதற்கு ஒரு குட்டிக் கதை சொல்வாள். அந்தக் கதையை இங்கு அப்படியேச் சொல்கிறேன்.

என் அம்மா சொன்ன கதை:

சொர்க்கத்தில் கடவுள் ஒரு அருமையான ஆண் குழந்தையைப் படைத்தார். பின் அவர் ஒரு தேவதையை அழைத்து, "தேவதையே, இது ஒரு சிறப்பான குழந்தை. இந்த குழந்தையை வளர்ப்பதற்கு ஒரு மிகச் சிறந்த தாய் தேவை. ஆகையால் நீ உலகத்திற்கு சென்று இந்த குழந்தைக்கு ஏற்ற ஒரு நல்ல தாயைக் கண்டுபிடித்து வா," என்று சொல்லி, அந்த தேவதையை உலகத்திற்கு அனுப்பி வைத்தார்.

அந்த தேவதையும் அமெரிக்கா, ஆஸ்திரேலியா, ஜப்பான் என்று பல நாடுகளுக்கும் சென்று தேடி பார்த்துவிட்டு, இந்தியா வந்தடைந்தாள்.

இந்தியாவில், டெல்லி, மும்பை, பெங்களூரு என்று தேடிப் பார்த்து விட்டு சென்னைக்கு வந்தாள். சென்னையில் பல ஏரியாக்களுக்கும் சென்று பார்த்தாள். கடைசியில் புரசைவாக்கம் வந்து நம் வீட்டுக்குள் எட்டிப் பார்த்தாள்

அங்கு நான் உன் இரண்டு அண்ணன்களுடன் சிரித்து விளையாடிக் கொண்டிருந்தேன். அதை பார்த்த தேவதை, "என்ன அருமையான தாய் இவள். இந்த குழந்தையை (அதாவது உன்னை) வளர்க்க இந்த தாய் தான் சரியானவள்," என்று நினைத்தாள்.

உடனே இறைவனிடம் சென்று "கடவுளே, இந்த குழந்தைக்கு இந்த தாய் தான் தேவை," என்று சொன்னாள்.

கடவுளும், "அப்படியே ஆகட்டும்," என்றார்.

"இப்படித்தான் நீ என் வயிற்றில் வந்து என் மகனாய்ப் பிறந்தாய்," என்று கதையை முடிப்பாள்.

இந்தக் கதையை அவள் எனக்கு பலமுறைச் சொல்லியிருக்கிறாள். நானும் அந்த கதையை மெய் மறந்து திரும்பத் திரும்பக் கேட்டு இருக்கிறேன்.

வருடங்கள் ஓடின. என் பதிமூன்றாவது வயதில் என் தந்தை திடீரென்றுக் காலமானார்.

என் தாய் உடைந்து போய்விட்டாள். அவள் தன் மூன்று மகன்களையும் கட்டிப்பிடித்து கதறி அழுதாள். நாங்கள் மூவரும் அவளுடன் சேர்ந்து அழுதோம்.

வாழ்க்கைச் சக்கரம் சுழன்று ஓடியது. என் இரண்டு அண்ணன்களும் வேலை நிமித்தமாக வெளிநாடு சென்றனர்.

நானும் என் அம்மாவும் தனித்து விடப்பட்டோம். இதனால் நானும் அவளும் மிகவும் நெருக்கமானோம்.

டீன் ஏஜ் பையனாக இருந்தப் போதே நான் என் வீட்டில் பெரிய மனிதனானேன். என் அண்ணன்கள் இருவருக்கும் திருமணம் நடக்கும் போது, நான் என் தாயுடன் நின்று எல்லா வேலைகளையும் இழுத்துப் போட்டுச் செய்தேன்.

பிறகு அவள் தனியாக போர் அடித்து நின்றப்போது, இணைதளத்தின் மாயாஜாலங்களை அவளுக்குக் காட்டினேன். அதனால் அவளுக்கு ஒரு புதிய உலகமே திறந்து கொண்டது.

முக்கியமாக நான் அவளை விட்டு பிரியவே இல்லை. அவளுடனேயே இருந்தேன். என் தாயும் என்னுடைய கனவுகளை நினைவாக்க தக்க உதவிகளைச் செய்தாள். அதனால், இன்று நான் ஒரு மருத்துவராகத் தலை நிமிர்ந்து நிற்கிறேன்.

எனக்கு இப்பொழுது இருபத்து நான்கு வயது ஆகிறது. என் தந்தை இறந்து பதினாறு வருடங்கள் ஓடி விட்டன. சில சமயங்களில் முன்பு நடந்தவற்றைப் பற்றி பேசி நானும் என் அம்மாவும் சிரித்துக் கொள்வோம்.

சிறு வயதில் அடிக்கடி அவள் எனக்குச் சொன்ன கதையை ஒரு நாள் ஞாபகப் படுத்தினேன்.

"நான் ஏன் உங்கள் மகனாகப் பிறந்தேன், என்ற கதையை மறக்க முடியுமா?" என்று சிரித்தேன்.

அப்போது என் அம்மா சொன்னாள், "அந்த கதையை நான் சரியாக முடிக்கவில்லை. அந்தக் கதைக்கு வேறு முடிவு இருக்கிறது," என்று சொல்லி அந்தக் கதையை மறுபடியும் சொல்ல ஆரம்பித்தாள்.

கடவுள் தேவதையிடம் உனக்கு ஒரு நல்ல தாயைக் கண்டுபிடிக்க சொன்னதும் தேவதை உலகமெல்லாம் சுற்றிவிட்டு என்னைப் பார்த்தாள்.

தேவதையும் கடவுளிடம் சென்று, "கடவுளே இந்த குழந்தைக்கு இந்தத் தாய் தான் மிகவும் ஏற்றவள். இந்த சிசுவுக்கு இவள் தேவை," என்று சொன்னாள்.

கடவுள் தொலைவில் பல வருடங்களுக்குப் பிறகு நடக்கப் போவதை அறிந்து சிரித்துக் கொண்டார்.

"அப்படி இல்லை தேவதையே. நீ மாற்றி சொல்கிறாய். பிற்காலத்தில் இந்த மகன், இந்த தாய்க்கு மிகவும் தேவைப்படுவான். ஆகையால் அவளுக்கே அவன் மகனாகப் பிறக்கட்டும்,"என்றார்.

"அப்படித்தான் நீ என் மகனாகப் பிறந்தாய். அதற்காக நான் கடவுளுக்கு தினமும் நன்றி சொல்கிறேன்," என்றாள்.

இந்தக் கதையை என் தாய் முடிக்கும் போது அவள் குரல் தழுதழுத்தது. அவள் கண்கள் குளமாயின. அவள் கண்ணீரைத் துடைத்து விட்டு அவளை நான் அணைத்துக் கொண்டேன்.

அன்று அவள் எனக்குத் தேவைப்பட்டாளா, இல்லை இன்று நான் அவளுக்குத் தேவைப்படுகிறேனா என்று எனக்குச் சொல்ல தெரியவில்லை.

ஆனால் வேறு எங்கும் பிறக்காமல், இந்த வீட்டில், அவள் வயிற்றில் அவள் மகனாக பிறந்ததற்கு நான் தினமும் இறைவனுக்கு நன்றி சொல்லித் தொழுகின்றேன்.

சல்மா சித்தி என்ன சொல்வார்?

சல்மா சித்தி ஹமீதாவின் தந்தையின் மாமா மகள். எப்போதாவது கல்யாண வீடுகளில் அல்லது குடும்ப விஷேசங்களில் ஹமிதாவும் சல்மா சித்தியும் சந்தித்துக் கொள்வார்கள்.

அப்போதெல்லாம் சல்மா சித்தி ஹமிதாவிடம் ஒன்று சொல்வார். அதை கேட்டதும் ஹமிதாவிற்குச் சிரிப்பு வரும்.

"அவங்க ஏன் வாப்பா எப்ப பார்த்தாலும் இதையே சொல்றாங்க?" என்று கேட்பாள்.

"உங்களைக் கல்யாணம் செய்யாமல் போனதற்கு வருத்தப் படுகிறாங்க என்று நினைக்கிறேன்," என்று ஹமிதா தன் தந்தையைக் கிண்டல் செய்வாள்

அதற்கு அவள் தந்தையும், "நான் வாழ்க்கையில் ரொம்ப முன்னேறி விட்டேன். அதனால் சல்மா அப்படி சொல்றாங்க. நான் உருப்படாம போயிருந்தால் அப்படி சொல்லமாட்டாங்க," என்பார்.

அது என்னவென்றால், சல்மா சித்தியை ஹமிதாவின் தந்தைக்குச் சிறு வயதில் நிச்சயம் செய்திருந்தார்கள். அப்போது ஹமிதாவின் தந்தை, இலங்கை நாட்டின் தலைநகரம் கொழும்பில் வேலை பார்த்து வந்தார்.

இரண்டு வருடம் கழித்து அவர்களின் திருமணம் நடக்கவிருந்தது.

ஹமிதாவின் தந்தை அந்த இரண்டு வருட காலத்தில் கொழும்பிலிருந்து வரும் போதெல்லாம் சல்மா சித்திக்கு நல்ல பரிசு பொருட்கள் வாங்கி வருவார். இங்கிலாந்தில் இருந்து வந்த சாக்லேட் பெட்டிகள், மென்மையான லேஸ் துணிகள், கிரீம் பிஸ்கட் பாக்கெட்டுகள், கிராம்பு, ஏலக்காய், பட்டை, டீ தூள் என்று சல்மாவின் அம்மாவுக்கும் அப்பாவுக்கும் சேர்த்துப் பரிசு பொருட்கள் வாங்கி வருவார்.

எட்டு மாதத்தில் கல்யாணம் என்று தேதி நெருங்கி வரும்போது ஒரு அசம்பாவிதம் நடந்தது.

சல்மா சித்தியின் அக்கா, காலரா நோய் வந்து இறந்து போனாள். எல்லோரும் ஆடிப்போய்விட்டார்கள்.

சல்மாவின் அக்கா, இரண்டு சிறு குழந்தைகளை விட்டு சென்றுவிட்டாள். அந்தப் பிள்ளைகள் சல்மாவைக் கட்டிப் பிடித்துக் கொண்டு அழுதார்கள். வேறு யாருடனும் அவர்கள் சேரவில்லை.

“சல்மாவை அவள் அக்கா புருஷனுக்குக் கட்டி வை. பிள்ளைகளை யார் பார்த்துக் கொள்வார்கள்?” என்று அங்குள்ள பெருசுகள் எல்லாம் முனு முனுக்க ஆரம்பித்தார்கள்.

நான்கு மாதங்களில், சல்மா சித்தி அவள் அக்கா புருஷனுக்கு மனைவியானாள்.

சல்மாவிடம் சம்மதம் கேட்டார்களா என்று தெரியவில்லை. அந்த காலத்தில் இந்த மாதிரி சமயத்தில் இப்படி செய்வது சகஜம் தான்.

பலிகடா மாதிரி பெண்கள் குனிந்த தலை நிமிராமல் அவர்கள் அப்பா அம்மா சொல்லும் ஆளுக்குக் கழுத்தை நீட்டுவார்கள்.

“சல்மா சித்திக்கும், அவர்கள் மச்சானுக்கும் கல்யாணம் நடந்துவிட்டது என்று கேள்விப்பட்டவுடன் உங்களுக்கு எப்படி இருந்தது?” என்று தன் தந்தையிடம் ஹமிதா கேட்டாள்.

அதற்கு அவர் சொன்னார், “கொஞ்ச நாள் கஷ்டமாகத்தான் இருந்திருக்கும் என்று நினைக்கிறேன். அதற்கு அப்புறம் தான் அருமையான உன் அம்மாவைக் கண்டுபிடித்துக் கொண்டு வந்து எனக்குத் திருமணம் நடத்தி வைத்தார்களே,” என்பார், ஓரக்கண்ணால் அவள் அம்மாவைப் பார்த்துக் கொண்டே.

“உன் அம்மாவைக் கைப்பிடித்த நேரம், நான் சொந்தமாக வியாபாரம் ஆரம்பித்து, நல்ல வளர்ந்துவிட்டேன் இல்லையா?” என்பார்.

ஆம், ஹமிதாவின் அப்பா வாழ்க்கையில் நன்கு முன்னேறினார். பெரிய செல்வந்தரானார். தன் சொந்த ஊருக்குப் பல நன்மைகள் செய்தார். உலகமெல்லாம் சுற்றினார், எப்போதும் ஹமிதாவின் அம்மாவையும் அழைத்துக்கொண்டு.

ஹமிதாவுடன் சேர்த்து மூன்று பெண் பிள்ளைகள் பிறந்தனர். சென்னையில் ஒரு பெரிய வீட்டில் ஜாம் ஜாம் என்று அவர்கள் வாழ்ந்தார்கள்.

ஆனால் சல்மா சித்தி, வயது முதிர்ந்த மச்சானைத் திருமணம் செய்து, ஒரே ஒரு மகனைப் பெற்று, ஊரில் ஒரு சிறிய வீட்டில் சாதாரணமாக வாழ்ந்தாள்.

ஆமாம், அப்படி என்ன தான் சல்மா சித்தி ஹமிதாவிடம் அடிக்கடி சொல்வாள்?

எங்கு ஹமிதாவைப் பார்த்தாலும், சல்மா சித்தி அவளுடன் அன்பாக பேசுவாள். விடைபெறும்போது ஹமிதாவை கட்டிப்பிடித்து நெற்றியில் முத்தமிடுவாள்.

பின் சிரித்துக் கொண்டே, விளையாட்டாக சொல்வது போல், கேட்பாள்,

"நீ என் வயிற்றில் பிறந்திருக்க வேண்டியவள், என்னம்மா?"

சிறு வயதில் ஹமீதா இதைக் கேட்டு சிரிப்பாள். இப்பொழுது ஹமிதாவை அந்த சொற்கள் மிகவும் பாதிக்கின்றன.

சல்மா சித்தி தன் ஆழ்மனதில் எவ்வளவு ஏக்கங்களையும், வருத்தங்களையும் ஒழித்து வைத்திருக்கிறாளோ எனறு நினைத்துப் பார்த்துக் கொள்வாள்.

"ஒரு பெண் தன் வாழ் நாளில் பேசக்கூடிய வார்த்தைகளில் இதை விட மிக உருக்கமானது வேறு ஒன்றும் இருக்க முடியாது," என்று தன் சகோதரிகளிடம் சொல்வாள்.

நானும் அப்படித்தான் நினைக்கிறேன், இல்லையா?

ஆஸ்கார் நாயகன்

நான் கல்லூரியில் படித்துக் கொண்டிருக்கும் போது, விடுமுறை நாட்களில், அருகில் இருந்த என் சக மாணவி மாலாவின் வீட்டுக்குப் போவது வழக்கம்.

அவளுடைய அம்மாவை நான் கஸ்தூரி ஆண்டி என்று தான் அழைப்பேன். கஸ்தூரி ஆண்டி ஒரு பள்ளி ஆசிரியை. அவர்களுடைய மாணவர்களைப் பற்றி அடிக்கடி எங்களுடன் பேசுவார்கள்.

முக்கியமாக அவர்களுடைய மாணவன் ஒருவன், கீபோர்டு வாசிப்பதில் மிகவும் தேர்ச்சி பெற்றிருந்தான். தன் திறமையால் எல்லோரையும் கவர்ந்து இருந்தான்.

அந்தப் பையனைப் பற்றிப் பேசும் போதெல்லாம் கஸ்தூரி ஆண்டி, “அவன் வளர்ந்தப் பின் பெரிய ஆளாவான். கண்டிப்பாக மிகவும் பிரபலம் ஆவான்,” என்று சொல்வார்கள்.

1992 ஆம் வருடம் நானும் என் மகன்களும் டிவி முன்னால் அமர்ந்து சிறப்பு ஒளிபரப்பு ஒன்றைப் பார்த்துக் கொண்டிருந்தோம்.

‘சின்ன சின்ன ஆசை,’ என்று ஒரு பாடல் எல்லோர் மனதையும் நீவி விட்டுக் கொண்டு டிவியில் ஒலித்தது.

என் அப்பா, அவர் வீட்டில் இருந்து தொலைப்பேசியில் என்னை அழைத்தார்.

“டிவி பார்க்கிறாயா? அந்தச் சேனல் பார்க்கிறாயா? அருமையான பாட்டு, என்னமா? வித்தியாசமாக இருக்கிறது,” என்று புகழ்ந்தார்.

“யார் இதன் இசையமைப்பாளர்?” என்று கேட்டார்.

சில நாட்களில், “யார் இந்த இசையமைப்பாளர்?” என்ற கேள்வி எல்லோர் உதட்டிலும் இருந்தது.

“இது அவனே தான்! அவனே தான்! என் மாணவன். நான் தான் அன்றே சொன்னேனே, அவன் பெரியவன் ஆனதும், ரொம்ப பிரபலம் ஆவான் என்று.” கஸ்தூரி ஆண்டி பெருமையில் குதித்தார்.

அந்த இசையமைப்பாளர் படத்துக்குப் படம் தன் திறமையை வெளிப்படுத்தினார். பட்டி தொட்டிகளில் எல்லாம் அவருடைய பாடல்கள் தான் ஒலித்தன. தன் இசையால் மக்களை வசப்படுத்தினார்.

2009 தில் இரண்டு ஆஸ்கார் விருதுகளைப் பெற்று , “எல்லாப் புகழும் இறைவனுக்கே,” என்று அவர் சொன்னபோது, மொத்த இந்தியாவும் சந்தோக்ஷத்தில் மிதந்தது.

அதைப் பார்க்க அன்று கஸ்தூரி ஆண்டி உயிருடன் இல்லை. இருந்திருந்தால் அவர்களின் பெருமிதத்தை என்னால் இங்கு வர்ணித்து இருக்க முடியாது.

“வளர்ந்த பின் என் மாணவன் மிகவும் பிரபலம் ஆவான்,” என்று மூச்சுக்கு மூச்சு சொன்னவர் அவர் தானே?

நம் இசைப்புயல் ஏ.ஆர்.ரஹ்மானின் இசையை ரசிக்காதவர்கள் யாரும் இருக்கிறார்களா என்ன?

ராஜ கோபம்

நான் சிறு வயதில், சென்னையில் ஒரு கூட்டுக் குடும்பத்தில் வாழ்ந்து வந்தேன். எங்கள் குடும்பத்துடன் சேர்த்து, என் சித்தப்பா குடும்பம், பெரியப்பா குடும்பம் என்று மூன்று குடும்பங்கள் அந்த வீட்டில் இருந்தோம்.

வீட்டுப் பிள்ளைகளைப் பள்ளிக்கு அழைத்துச் செல்ல ஒரு டிரைவர் வீட்டில் இருந்தார். அவர் மதுரைக்காரரர். பெரிய மீசை வைத்து பார்க்கக் கம்பீரமாக, பெரிய போலீஸ் இன்ஸ்பெக்டர் போல் இருப்பார்.

அவர் பெயர் ராஜகோபால். நாங்கள் அவரை ராஜகோபம் என்று தான் எங்களுக்குள் பெயரிட்டு அழைத்துக் கொள்வோம்.

ராஜகோபால் ரொம்ப கண்டிப்பான மனிதர். ஒரு கோள்மூட்டி வேறு. நாங்க செய்த தப்பு, செய்யாத தப்பு என்று எல்லாவற்றையும் எங்கள் அப்பாக்களிடம் போட்டுக் கொடுப்பார்.

நாங்கள் ஏதாவது தப்பு கிப்பு செய்ய ஆரம்பித்தால் ஒரே வரியில் எங்களை நிறுத்திவிடுவார்.

"அப்பா கிட்ட சொல்லவா?"

அவ்வளவு தான். நாங்கள் பெட்டிப்பாம்பாய் அடங்கிவிடுவோம்.

பள்ளிப் படிப்பு முடிந்த பின், நான் கல்லூரியில் சேர்ந்தேன். என் தோழிகள், மாலையில் கல்லூரி விட்ட பின் எங்காவது போக வேண்டுமென்றால் என்னிடம் தான் வருவார்கள்

“ப்ளீஸ் டி, கொஞ்சம் உன் காரில் ட்ராப் செய்து விடேன்,” என்று கேட்பார்கள்.

ராஜகோபால் முறைப்பார்

“நான் அப்பாவிடம் அனுமதி வாங்கி விட்டேன். நீங்கள் வேணும்னா அப்பாவிடம் கேட்டுப் பாருங்கள்,” என்று அவரிடம் கெஞ்ச வேண்டும். என் தோழிகளும் ராஜகோபாலைப் பார்த்து பயப்படுவார்கள்.

நான் பி.ஏ. பட்டம் பெற்ற பின், திருமணமாகி என் கணவர் வீட்டுக்குப் போய் விட்டேன்.

வாழ்க்கைச் சக்கரம் உருண்டு ஓடியது.

ராஜகோபால் அறுபது வயதைத் தாண்டியதும், கண் பார்வை சரி இல்லை என்று வேலையை விட்டு நின்று விட்டார்.

சில வருடம் கழித்து என் கணவர் வீட்டு வாசலில் திடீரென்று வந்து நின்றார்.

இது ராஜகோபாலா என்று ஆச்சரியப்படும் வகையில் அழுக்குத் துணி, மெலிந்த உடம்பு, பரட்டைத் தலையுடன் நின்ற மனிதரைப் பார்த்து பதறி விட்டேன்.

“என் மகன் குடிச்சு குடிச்சு இறந்துவிட்டான். மருமகளும் எங்கேயோ ஓடிப் போய்விட்டாள். என் மகனுடைய ஒரே மகளை, நானும் என் பொஞ்சாதியும் தான் வளர்த்தோம். இப்ப என் பேத்திக்கு கல்யாணம் வைத்திருக்கிறோம். உங்களால் இயன்ற உதவி செய்யுங்கம்மா,” என்று கேட்டார்.

நானும் இரக்கப்பட்டு ஐயாயிரம் ரூபாயும், என்னிடம் இருந்த நல்ல பட்டுப் புடவைகள் இரண்டையும் கொடுத்தேன்.

நன்றியுடன் அவர் போய்விட்டார்.

என் தம்பி, தங்கையிடம் நடந்ததைச் சொன்னேன். அவர்கள் என்னை கேலி செய்தார்கள்

"லூசா நீ? அவ்வளவு பணத்துக்கும் குடித்துவிட்டு திரும்ப உன் வீட்டு வாசலில் வந்து நிற்பார் பார்," என்றார்கள்

அவர்கள் வார்த்தை மெய்யானது. இரண்டு மாதம் கழித்து திரும்பவும் ராஜகோபால் என் வீட்டுக்கு வந்தார். பார்க்க இன்னும் மோசமாக இருந்தார்.

"அம்மா என் பேத்திக்கு நானும் என் பொஞ்சாதியும் சேர்ந்து கல்யாணம் செஞ்சு வச்சோம். கல்யாணம் முடிந்து சில நாட்களில் என் பொஞ்சாதி செத்துப்போயிட்டா மா. இப்ப அவளுக்குக் காரியம் செய்யனும். கொஞ்சம் பணம் கொடுங்கமா," என்று அழுதார்.

பொய் சொல்கிறாரா? மெய் சொல்கிறாரா? எனக்குப் புரியவில்லை. ஆனால் திரும்பவும் ஆயிரம் ரூபாய் அவருக்குக் கொடுத்தேன்.

மறுநாள் இதை என் தம்பி, தங்கையிடம் சொன்ன போது அவர்கள் என்னை கடிந்து கொண்டார்கள்

"நீ அவருக்கு ருசி காட்டி விட்டாய். இனிமேல் அடிக்கடி உன்னை தொந்தரவு செய்வார் பார்," என்றார்கள்.

ஆனால் ராஜகோபால் அதற்குப் பின் வரவே இல்லை. உண்மையைத் தான் சொல்லி இருப்பார் என்று நினைக்கிறேன்.

ஆமாம், ராஜகோபால் கடைசியில் என்னவானார்?

யாருக்கும் தெரியவில்லை.

சிங்கப்பூரில் கார்த்திக் என்ன பார்த்தான்?

சிங்கப்பூரில் ஒரு ஹோட்டலின் மேல் தளத்தில் இருந்த நீச்சல் குளத்தில் கார்த்திக் தனியாக நீச்சல் அடித்துக் கொண்டிருந்தான்.

கார்த்திக் அன்று தான் முதல் முதலாக சிங்கப்பூர் வந்து இருந்தான். ஏர்போர்ட்டில் வந்து இறங்கியதிலிருந்து பார்த்தவை எல்லாம் அவனுக்குப் பிரமிப்பாக இருந்தது.

சுத்தமான வீதிகள், சுறுசுறுப்பான மனிதர்கள், அழகான கட்டிடங்கள் என்று எல்லாவற்றையும் கார்த்திக் ரசித்தான். அவன் தங்கியிருந்த ஹோட்டலும் அற்புதமாகத் தான் இருந்தது.

இப்பொழுது காலை சிற்றுண்டி முடித்து விட்டு, மேல் தளத்தில் இருந்த குளத்தில் நீந்திக் கொண்டிருந்தான்.

திடீரென்று ‘டுமீல், டுமீல்,’ என்று துப்பாக்கிச் சுடும் சத்தம் கேட்டது. பெரிய துப்பாக்கிச் சண்டை ஏதோ நடப்பது போலிருந்தது.

கார்த்திக் பயத்தில் உறைந்து போனான்.

அந்த சத்தம் மிக அருகில் கேட்கத் தொடங்கியது. கார்த்திக் மூச்சை இழுத்துப் பிடித்து கொண்டு தண்ணீருக்குள் மூழ்கி, நீருக்கடியில் ஒளிந்து கொண்டான்.

என்னடா இது? சிங்கப்பூரைப் பற்றிய புத்தகங்கள் எல்லாம் சொன்னது பொய்யா?

சிங்கப்பூரில் மக்கள் சொந்தமாக துப்பாக்கி வைத்திருக்கக்கூடாது. அப்படி யாராவது வைத்திருந்தால் அது ஒரு பெரிய குற்றம், என்று கேள்விப்பட்டிருந்தான்.

ஆனால், அவன் வந்து இறங்கிய சில மணி நேரத்திலேயே ஏதோ ஒரு துப்பாக்கி சுடும் போட்டியின் நடுவே மாட்டிக் கொண்டது போல் அல்லவா இருக்கிறது?

அவனால் வெகு நேரம் தண்ணீருக்கு அடியில் தாக்குப் பிடிக்க முடியவில்லை. மெதுவாக தலையை வெளியில் எடுத்து, என்ன தான் நடக்கிறது என்று பார்த்தான்.

மொட்டை மாடியில் சில மனிதர்கள் துப்பாக்கிகளை வைத்து வெளியில் நின்ற மரக்கிளைகளை நோக்கி குறி பார்த்துக் கொண்டிருந்தார்கள்.

கார்த்திக் அவர்கள் குறி வைத்துக் கொண்டிருந்த மரக்கிளைகளை உற்றுப் பார்த்தான். அங்கு யாரேனும் ஒளிந்து கொண்டிருக்கிறார்களா என்று தேடினான்.

மறுபடியும் 'டுமீல்,' என்று துப்பாக்கி முழங்கியது. வானத்திலிருந்து ஏதோ ஒன்று நீச்சல் குளம் மிக அருகில் விழுந்தது. அது குண்டு அடிபட்டுச் செத்த ஒரு காக்கையின் சடலம்.

"காக்கைகளைச் சுடத்தான் இவ்வளவு ஆர்ப்பாட்டமா?" என்று கார்த்திக் வியந்தான்.

சிங்கப்பூரில் பல வருடம் வாழ்ந்து வந்த ஒரு நண்பனை, இரவு உணவின் போது கார்த்திக் சந்தித்தான். அவனிடம் நடந்ததைச் சொல்லி விளக்கம் கேட்டான்.

நண்பனும் சிங்கப்பூரின் வினோத பழக்கத்தைப் பற்றி சொன்னான்.

சிங்கப்பூரின் சுற்றுச்சூழலையும், அழகையும் காக்கைகளின் எச்சமும், சத்தமும் கெடுத்துவிடுகின்றன. அதனால் ஒரு காக்கை விடாமல் கொன்று விட வேண்டும், என்று அரசாங்கம் எடுத்த நடவடிக்கையாம் இது.

சிங்கப்பூரின் துப்பாக்கி கிளபின் உறுப்பினர்கள் மட்டும் தான் ஆயுதங்கள் வைத்திருக்க முடியும்.

இப்படி காக்கைகளை வேட்டையாடிக் கொல்ல அவர்களை அரசாங்கம் அழைக்குமாம். அவர்களும் வந்து அங்கு ஒன்றும், இங்கு ஒன்றுமாய் கண்ணில் தென்படும் காக்கைளைச் சுட்டுக் கொல்வார்களாம்.

இதைக் கேட்டு கார்த்திக் மிகவும் ஆச்சரியப்பட்டான்.

ஒரு வாரம் தங்கியிருந்து, சிஙகப்பூரைச் சுற்றிப் பார்த்து விட்டு அவன் சென்னை வந்து சேர்ந்தான்.

அன்று, சென்னையில் அவன் பக்கத்து வீட்டுப் பெண் காம்பவுண்டு சுவரில், காக்கைகளுக்கு உணவு வைத்து, 'கா, கா' என்று கூவி, அழைத்தாள்

அவள் அழைப்பை ஏற்றுக்கொண்டு சில காக்கைகள் பறந்து வந்தன. கார்த்தி அதை பார்த்து சிரித்துக் கொண்டான்.

"சிங்கப்பூர் பக்கம் போகாதீங்க. அவ்வளவு தான் ஒரு நிமிசத்துல உங்களை எல்லாம் சுட்டுக் கொண்டே போட்டு விடுவார்கள்" என்றான் காக்கைகளிடம்.

அந்த காக்கைகளும் அவன் சொல்வது புரிந்தது போல தலையைச் சரித்து அவனைப் பார்த்து, "கா, கா," என்றன.

இரண்டாவது மனைவி

எனக்கு இருபத்து ஆறு வயது ஆகும் போது எனக்குத் திருமணம் நடந்தது. அப்பொழுது என் கணவரின் வயது ஐம்பத்து இரண்டு. அவர் என்னை விட இருபத்து ஆறு வயது பெரியவர்.

நான் அவருடைய இரண்டாவது மனைவி.

எங்கள் சமுதாயத்தில் நாம் பிறந்த போது கணித்த ஜாதகப்படி திருமணத்திற்கு வரன் அமையும். இப்போது கேட்டால் ஆச்சரியமாக இருக்கும். ஆனால் என் ஜாதகப்படி நான் ஏற்கனவே திருமணமான ஒருவரைத் தான் மணக்க முடியும். அதாவது ஒரு விவாகரத்து ஆனவர் அல்லது மனைவியை இழந்த ஒருவர் தான் எனக்கு கணவராக அமைய முடியும்.

இது எனக்கு விதிக்கப்பட்டது.

ஆனால் என் தலையில் எழுதப்பட்ட விதி என்னை முற்றிலும் கைவிட்டு விடவில்லை. எனக்கு ஒரு மிகவும் நல்ல கணவரைத் தான் தேர்ந்தெடுத்துத் தந்தது.

என் கணவரைப் பற்றி கொஞ்சம் சொல்கிறேன்.

அவர் புருணை நாட்டில் ஒரு கல்லூரியில் பேராசிரியராகப் பணியாற்றி வந்தார். அவருடைய முதல் மனைவி கனகா மூலம் அவருக்கு மூன்று மகன்கள் இருந்தார்கள். கனகா நோய்வாய்ப்பட்டு இறந்துவிட்டாள்.

என் குடும்பத்தில், எனக்கு மூன்று மூத்த சகோதரிகளும் ஒரு அண்ணனும் இருந்தார்கள். நான் ஐந்தாவதாக பிறந்தேன். என் தந்தை இறந்து விட்டதால் எங்கள் குடும்பச் சுமை மொத்தமும் என் அண்ணன் தலைமேல் விழுந்தது. அவர் என் மூன்று சகோதரிகளுக்கும் திருமணம் செய்துவைத்தார். நான் தான் அவருக்கு ஒரு பாரமாக இருந்தேன்.

ஜோதிடத்தில் அசையா நம்பிக்கை வைத்த என் தாய், நான் ஒருவருக்கு இரண்டாவது மனைவியாகத் தான் போக வேண்டும் என்று பிடிவாதமாக இருந்தாள்.

என் மாமாவின் நண்பர் ஒருவர், பேராசிரியரைப் பற்றி என் அம்மாவிடம் சொன்னார். வயது வித்தியாசம் காரணமாக முதலில் அவள் தயங்கினாலும் என் மாமாவின் நண்பரின் வற்புறுத்தலின் பேரில், “அவரைப் பார்க்கலாம்,” என்றாள்.

மேலும் என் மாமாவின் நண்பர் மனைவியை இழந்த அந்த பேராசிரியர், பார்க்க இளமையாகத் தான் இருப்பார் என்றும், மிகவும் தங்கமான குணமுடையவர் என்றும் சான்றிதழ் கொடுத்தார்.

என் குடும்ப சுமையைக் குறைக்க அவரைத் திருமணம் செய்து கொள்ள முடிவு செய்தேன். மேலும் என் குக்கிராமத்தை விட்டு வெளி உலகம் தெரியாத என்னை புரூணை நாடு ஈர்த்தது.

என் மாமாவின் நண்பர், பேராசிரியரை எங்கள் வீட்டுக்கு அழைத்து வந்தார். அவர் தனிமையில் என்னுடன் பேச அனுமதி கேட்டார்.

அவர் என்னிடம் முதலில் கேட்ட கேள்வி, “உன் விருப்பத்திற்கு மாறாக உன்னைக் கட்டாயப்படுத்தி இந்த கல்யாணத்திற்குச் சம்மதிக்க வைக்கிறார்களா?”

“இல்லை,” என்று சொன்னேன்.

“நீ மிகவும் சின்ன வயதாக தெரிகிறாயே. வயதானவன் என்று நினைத்து, திடீரென்று ஒரு நாள் என்னை விட்டுவிட்டு ஓடிவிட மாட்டியே?” என்று கேட்டார்.

அவர் இவ்வளவு தன்மையாகக் கேட்டதால் எனக்கு கொஞ்சம் துணிச்சல் வந்தது.

“நான் உங்களை விட்டு ஓடி விட மாட்டேன். நீங்களும், நான் உங்களை விட சிறியவளாக இருக்கிறேன் என்று எண்ணி, என்னை விட்டு விட்டு, ஓடி விட மாட்டீர்களே?” என்று கேட்டேன்.

அவர் சிரித்தார், ஒரு சுட்டி குழந்தையின் பேச்சைக் கேட்டு பெரியவர்கள் சிரிப்பதைப் போல். நானும் அவருடன் சேர்ந்து சிரித்தேன்.

அவ்வளவே தான். வேறு ஒன்றும் அவர் பேசவே இல்லை.

எங்கள் இருவரின் சம்மதமும் கிடைத்ததும், திருமண ஏற்பாடுகள் நடந்தன. மூன்று வாரங்களில் எளிமையான முறையில் எங்கள் திருமணம் நடந்தது.

என் கணவர் கிடைப்பதற்கு அரிய பொக்கிஷம் என்று போகப் போகப் புரிந்து கொண்டேன். இப்படி ஒரு வாழ்கை எனக்கு அமையும் என்று நான் கனவில் கூட நினைத்துப் பார்த்தது கிடையாது. காதல், பாசம், செல்வம், சிறப்பு என்று எல்லாமே எனக்கு அளவுக்கு அதிகமாகவே கிடைத்தது.

அன்று அவர் சொன்னது போல், அவர் என்னை விட்டு விட்டு ஓடிப் போகவே இல்லை, முப்பத்தைந்து வருடங்களாக..

அதற்குப் பின்னும் அவர் ஓடிப் போகவில்லை.

நடந்து கூட போகவில்லை.

நான் அவருக்குப் பெற்ற ஒரு மகனாலும், அவரை நான் திருமணம் செய்யும் போது அவருக்கு ஏற்கனவே இருந்த மூன்று மகன்களாலும் தூக்கிச் செல்லப்பட்டார் – மயானத்திற்கு.

சலீம் பெண் பார்த்த கதை

என் பெயர் சலீம். எனக்கு இருபத்து ஏழு வயது ஆகும் போது எனக்குத் திருமணம் செய்து வைக்க வேண்டுமென்று என் அம்மா விரும்பினார். இதனால் எனக்கு ஏற்பட்ட அனுபவத்தைக் கேளுங்கள்.

நான் ஒரு கோ - எஜுகேஷன் கல்லுரியில் படித்திருந்தேன். பெரிய மல்டி நேஷனல் கம்பெனியில் வேலை செய்து வந்தேன். ஆனால் நான் எந்த ஒரு பெண்ணையும் லவ் பண்ணியதே கிடையாது.

இப்போது இருபத்து ஏழு வயதில், எனக்கு பெண் தேடும் படலம் ஆரம்பமானது.

எனக்கு அப்பா கிடையாது. நானும் என் அம்மாவும் திருமண தளங்களில் [மேட்ரிமோனியல் சைட்டில்] பதிவு செய்து, போட்டோ பயோடேட்டா எல்லாம் அதில் பதிவேற்றம் செய்து, சீரியஸாக பெண் தேடினோம்.

மற்றவர்களுக்கு எப்படியோ தெரியவில்லை. ஆனால் நான் மேட்ரிமோனியல் சைட் வழியாக பார்க்கப் போன இரண்டுப் பெண்களின் போக்கும் மிகவும் விசித்திரமாகத் தான் இருந்தது. நான் அழாத குறை தான் போங்கள்.

முதலில் பார்க்கச் சென்ற பெண்ணை, அவளுடைய அம்மா, “எங்கள் பெண் ரொம்ப அமைதியான பெண்,” என்று சொல்லியிருந்தார்கள்.

பெண் வீட்டில் நான் பெண்ணுடன் தனியாகப் பேச வேண்டும் என்று அனுமதி கேட்டேன்.

தனியாக வந்ததும், அவள் பட படவென்று பேச ஆரம்பித்தாள்.

"நான் ஒன்றும் பய டேட்டாவில் சொன்னது போல் அமைதியான பெண் இல்லை. என் அம்மா ஓவரா கதை விட்டு இருக்கிறார்கள். நான் ரொம்ப மாடர்ன்," என்றாள் பெருமையாக.

"எந்த விதத்தில் மாடர்ன்?" என்று நான் கேட்டேன்.

"நான் புர்கா போட மாட்டேன்," என்றாள்.

புடவையில் வந்த என் தாயை காட்டி, "என் அம்மா புர்கா போடவில்லை. அப்படி என்றால் அவர்கள் மாடர்னா?" என்று கேட்டேன்.

"இல்லை. இல்லை. நான் அப்படிச் சொல்லவில்லை," என்றாள் பதட்டத்துடன்.

எப்படி, எந்த விதத்தில் அவள் மார்டன் என்று விளக்கவில்லை.

அதன் பின் அவள் ஒழுங்காகவும் பேசவே இல்லை. கேட்ட கேள்விகளுக்கு எல்லாம் முக்கி முனங்கி பதில் அளித்தாள். சரி, இவளுக்கு நம்மைப் பிடிக்கவில்லை என்று புரிந்துவிட்டது.

"கிளம்புகிறேன்," என்று சொல்லி எழுந்தேன்.

"பை," என்று சொல்லிக்கொண்டே என் கையை நீட்டினேன், நட்புடன் ஒரு ஹேண்ட் ஷேக் கொடுக்க.

அவள் பதறி அடித்துக் கொண்டு பின்னே போனாள், கண்ட ஆண்களின் கையை குலுக்க மாட்டேன் என்ற ரீதியில்.

“நான் மாடர்ன் கேர்ள் என்று சொன்னியே. ஏன் கை குலுக்க மறுக்கிறாய்,” என்றேன் கிண்டலாக. நீட்டிய என் கையை நான் விலக்கவே இல்லை. வேறு வழி இல்லாமல் அவள் என் கையை குலுக்கினாள், கொஞ்சம் லைட்டாக. எவ்வளவு மாடர்ன் என்று தம்பட்டம் அடித்துக் கொண்டாலும் நம்ம ஊர் பெண் தானே?

நான் பார்க்க சென்ற அடுத்த பெண் சத்தியமாக ஒரு லூசாக தான் இருந்திருக்க வேண்டும்.

முதலில் நானும் என் அம்மாவும் பெண் பார்க்கப் போனபோது அவளுடன் தனியாக என்னைப் பேச விடவில்லை.

“நம் கலாச்சாரத்திற்கு அதெல்லாம் ஒத்து வராது தம்பி,” என்று சொல்லி விட்டார்கள்.

மறுநாள் மறுபடியும் எங்களை அவர்கள் வீட்டுக்கு அழைத்தார்கள், திருமணத்தைப் பற்றி பேசி முடிவு எடுக்க. எப்படியாவது பெண்ணுடன் தனியாகப் பேசி அவள் எண்ணம் என்னவென்று தெரிய வேண்டும். அவளுடைய விருப்பம் தெரியாமல் திருமணத்திற்கு நான் சம்மதிக்க மாட்டேன் என்று என் அம்மாவிடம் திட்டவட்டமாக சொல்லிவிட்டேன்.

இந்தத் தடவை பால்கனியில் அவள் தனியாக நின்று கொண்டிருந்தாள். நானும் ‘டக்’ என்று அங்கே போய், அவளிடம் பேச்சுக் கொடுத்தேன்.

“உனக்கு இந்த திருமணத்தில் இஷ்டம் தானே,” என்று கேட்டேன்.

“இல்லை,” என்றாள் திமிராக.

நான் அதிர்ச்சியடைந்தேன். அது தான் பெண்ணை என்னுடன் தனியாக பேச விடவில்லையா?

“ஏன் விருப்பமில்லை?” என்று கேட்டேன்.

“நான் வேறு ஒருவரைக் காதலிக்கிறேன், என் அப்பா அம்மாவுக்கு அவரைப் பிடிக்கவில்லை. அதனால் தான் அவசர அவசரமாக வேறு மாப்பிள்ளைப் பார்க்கிறார்கள்,” என்றாள்

“ஏன் பிடிக்கவில்லை?” என்று கேட்டேன்.

“ஏழை என்று பிடிக்கவில்லை. கல்யாணத்திற்கு ஸ்டேட்டஸ் முக்கியமில்லை, காதல் தான் முக்கியம் இல்லையா?” என்று கேட்டாள்

“ஆமாம்,” என்று சொன்ன நான், “எவ்வளவு வருடமாகக் காதலிக்கிறீர்கள்?” என்று கேட்டேன்

“மூன்று மாதங்கள்,” என்றாள்

மீண்டும் அதிர்ச்சியடைந்தேன்.

“ஜோக் அடிக்கிறியா? மூன்று மாதம் தெரிந்த ஒரு ஆளுக்காக உன்னைப் பெற்று வளர்த்த உன் தாய் தந்தையை தூக்கி எறிந்துவிட்டு போகப் போறியா?” என்று நான் கோபமாகக் கேட்டவுடன், அவள் முகம் கறுத்தது

“ஏய், நான் எவ்வளவு சீரியஸாக என் லவ்வர் பற்றிச் சொல்கிறேன். நீ என்ன பெரிய வேதாந்தம் பேச கிளம்பிட்ட. நீ யாரையும் லவ் பண்ணவில்லையா?” என்று கேட்டாள்.

“இல்லை,” என்றேன்.

“அப்ப, நீ மனிதனே இல்லடா. நீ சாமி,” என்று ஏதோ ஒரு படத்தின் வசனத்தைப் பொரிந்து தள்ளி விட்டு, விருட்டென்று எழுந்து உள்ளே போய் விட்டாள்.

எனக்கு அவமானம் தாங்க முடியவில்லை. என் அம்மாவை அழைத்துக் கொண்டு உடனே கிளம்பி விட்டேன்.

அவளுடைய அப்பா, அன்று மாலை எனக்கு போன் செய்து மன்னிப்பு கேட்டார். அவர் மகள் நடந்தவற்றை எல்லாம் அவரிடம் சொன்னாளாம்.

போனை கட் செய்யும் முன், 'பெஸ்ட் ஆஃப் லக்,' என்று சொன்னார். நானும் அவருக்கு அதையே திருப்பிச் சொன்னேன். இப்படி ஒரு பெண்ணுக்குத் திருமணம் செய்து வைக்க, அவருக்கு உண்மையிலேயே நிறைய லக் தேவை தான்.

அதற்கு பின் பெண் பார்க்க போகவே பயமாக இருந்தது. சில மாதம் கழித்து ஒரு நண்பர் மூலம் ஒரு பெண் பேசி வந்தது.

அவள் இப்பொழுது என் மனைவி.

அவளை பெண் பார்க்கப் போன போது எந்த தடங்கலும் இன்றி என்னை அவளுடன் பேச அனுமதித்தார்கள்.

கொஞ்சம் நேரம் பேசிவிட்டு அவளிடம் கேட்டேன், "இந்த திருமணத்தில் உனக்கும் சம்மதம் தானே?" என்று.

எனக்கு அவளுடைய அமைதியான பதில் மிகவும் பிடித்திருந்தது.

"என் தந்தையின் விருப்பம் இதுவென்றால், எனக்கும் விருப்பம் தான்.

நூறு பெர்சன்ட், பரிபூரணமாக." என்றாள்.

இதை விட ஒரு நல்ல பதில் இருந்திருக்க முடியுமா, என்ன?

அமானுஷ்யமா? மருத்துவமா?

அது ஒரு கோடை நாள். பத்ரி பஸ் ஸ்டாப்பில் நின்று கொண்டிருந்தான்.

அவன் எப்பொழுதும் 'ஷோ-ஆஃப்' செய்து கொண்டிருப்பான். இளம் கன்று பயமறியாது என்று சொல்வார்கள். அதற்கு ஏற்ப ஏதாவது ஏடா கூடமாகத் தான் செய்வான். அன்றும் அதைத் தான் செய்தான். ஓடுகின்ற பஸ்ஸின் தாவிப்பிடித்து பந்தாவாக ஏற முயன்றான். ஆனால் அவன் போதாத நேரம், கை நழுவிக் கீழே விழுந்துவிட்டான்.

சுழன்று கொண்டிருந்த பேருந்தின் பின் சக்கரம் அவன் தலை அருகே, மிக அருகே இருந்தது.

பஸ்ஸின் அடிப்பாகம் அவனுக்கு மிக அருகில் தெரிந்தது. டீசல் நெடி மூக்கைத் துளைத்தது. ஒரு நொடி தான். பஸ் அவன் தலையில் ஏறி சுக்குநூறாக தலை உடையப் போகிறது என்பது போல் இருந்தது.

அவன் சுய நினைவை இழந்தான்.

அவன் கடைசியாக நினைத்தது, தான் இறந்து விட்டால், தன் தாய், தந்தை என்ன செய்வார்கள் என்பதைப் பற்றியதாகத் தான் இருந்தது.

அதிர்ஷ்டவசமாக மயிரிழையில் அவன் அன்று உயிர் தப்பினான்.

நடுரோட்டில் மயங்கி கிடந்த அவன் மேல் சிலர் தண்ணீர் தெளித்து எழுப்பி விட்டார்கள். சுய நினைவுக்கு வந்தவன் மெதுவாக எழுந்து வீட்டுக்கு நடந்து சென்றான்.

பத்ரி நினைத்தான், தனக்கு ஒன்றும் ஆகவில்லை என்று. ஆனால் அன்று இரவு அவனுக்குச் சரியான காய்ச்சல் அடித்தது. வேர்த்துக் கொட்டியது. பற்கள் தந்தி அடிக்க ஆரம்பித்தன. வலிப்பு வந்தவன் போல் கையும் காலும் வெட்டி வெட்டி இழுத்தது.

பத்ரி எழுந்து பெற்றோர் அறைக்குச் சென்று அவர்களை எழுப்பினான்.

அன்று இரவே அவன் அப்பா அவனை டாக்டரிடம் அழைத்துச் சென்றார். மருந்து மாத்திரை சாப்பிட்டவுடன் காய்ச்சல் குறைந்தது.

ஆனால் அவன் அப்பா வேலைக்குச் சென்றவுடன் மறுபடியும் அவன் உடம்பு அனல் போல் கொதித்தது. கையும் காலும் வெட்ட ஆரம்பித்தன.

உடனே அவன் அப்பா லீவ் போட்டு விட்டு வேகமாக வீட்டுக்கு வந்தார். அவர் அருகில் இருந்தால் பத்ரி அமைதியாக இருந்தான். மறுநாள் அவர் கிளம்பியதும் அவன் உடம்பெல்லாம் திரும்பக் கிடு கிடு என்று நடுங்க ஆரம்பித்தது.

காய்ச்சல் நூற்று இரண்டு என்றும், நூற்று மூன்று என்றும் ஏறிக்கொண்டே போனது. அவன் அப்பாவால் லீவு போட்டு விட்டு அவனுடனே இருக்க முடியவில்லை.

வேறு ஒரு டாக்டரிடம் அவனை அழைத்துச் சென்றார்.

அவர் மாத்திரை கொடுத்தும், வேலைக்கு ஆகவில்லை. இப்போது பத்ரி பச்சை தண்ணீர் குடித்தால் கூட வாந்தி

எடுக்க ஆரம்பித்தான். பின், கன்னா பின்னா வென்று பிதற்ற தொடங்கினான்.

“டாடியோட பாஸ், என்னை தயிர் குடிக்கச் சொல்கிறார்,” என்று ஏதோ உளறினான்.

இதை கேட்டு அவன் பாட்டி, “அவன் எதையோ பார்த்து பயந்து இருக்கிறான். அவனுக்கு மந்திரிக்க வேண்டும்,” என்று சொல்ல ஆரம்பித்தாள்.

பாட்டி மந்திரிக்க வேண்டும் என்று சொன்னதும் எல்லோருக்கும் அறிவுக் கண் மூடிக்கொண்டது.

பத்ரியின் பாட்டி வீட்டுக்கு அடிக்கடி ஒரு வயதான பெண் வருவாள். அவள் பெயர் முனியம்மாள். அவள் பாட்டி வீட்டுக்கு வரும்போதெல்லாம், பேய் பிசாசுகளை விரட்டி அடிக்கும் அமானுஷ்ய சக்தி தன்னிடம் உள்ளது என்று தம்பட்டம் அடித்துக் கொள்வாள். அவன் பாட்டியைத் தவிர வேறு யாரும் இதை நம்பியது கிடையாது.

இப்போது பாட்டி, முனியம்மாவை அழைத்து வர ஆள் அனுப்பினாள். முனியம்மாள் வந்தவுடன், அவள் முன் பத்ரியை உட்கார வைத்தார்கள்.

அதுவரை சாதரணமான மூதாட்டியாக இருந்த முனியம்மாள் மெதுமெதுவாக வித்தியாசமாக உருவெடுக்க ஆரம்பித்தாள்.

முடியை அவிழ்த்து விட்டு, கீழே விழுந்து விழுந்து ஆடினாள். அவன் கைகளை முறுக்கிப் பிடித்தாள். ஏதேதோ கத்தினாள். பத்ரி முதுகில் தடார் தடாரென்று அடித்தாள்.

அவ்வளவு தான். அதுவரை பத்ரி எதைக் கண்டு பயந்தானோ இல்லையோ, முனியாம்மாளின் ஆட்டத்தைப் பார்த்து பயந்துவிட்டான்.

“டாடி, டாடி,” என்று அழ ஆரம்பித்தான்

“போதும் போதும்,” என்று சொல்லி பத்ரியின் அப்பாவும் பயந்துபோய் அவனை உள்ளே அழைத்துச் சென்றுவிட்டார்.

முனியம்மாளுக்குப் பணம் பொருளெல்லாம் கொடுத்து, மனது குளிர வைத்துப் பாட்டி அவளை வழி அனுப்பி வைத்தாள்.

பத்ரி மெதுவாக அவன் அப்பாவிடம் பஸ்சுக்கு அடியில் விழுந்ததைப் பற்றிச் சொன்னான். இதை முதலிலேயே செய்திருக்கலாம். அப்பாவும் மனநல மருத்துவர் ஒருவரிடம், பத்ரியை அழைத்துச் சென்றார்.

அவர் கொடுத்த மருந்தில் பத்ரி இரண்டு மூன்று நாட்களில் சரியாகி விட்டான்.

“மருந்து மாத்திரையால் இல்லை. முனியம்மா கழித்தது தான் பத்ரியை குணமாக்கியது,” என்று பாட்டி வாதாடினாள்.

பத்ரியை குணப்படுத்தியது முனியம்மாவா? இல்லை மனோதத்துவரின் மருந்தா?

நம் வாழ்க்கை ஒரு நொடியில் மாறலாம்

என் மகனும், மருமகளும் வெகு தொலைவில் உள்ள ஆஸ்திரேலியாவுக்கு வேலை நிமித்தம் போய்த் தங்கியிருந்த சமயம்.

'நம் நாட்டவர் யாரும் அங்கு இருக்கிறார்களா?' என்று ஆவலுடன் தேடிப் பார்த்துக் கொண்டிருந்த நேரமும் அது.

ஒரு நாள் ஒரு தமிழ் குடும்பத்தை வணிக வளாகம் ஒன்றில் பார்த்து, அறிமுகமாகி, பின் பலமுறை சந்தித்து, ஒருவர் வீட்டுக்கு ஒருவர் அடிக்கடி போய் வந்து இருக்கும் அளவுக்கு நட்பை வளர்த்துக் கொண்டார்கள்.

அந்த தம்பதியர்களுக்கு நான்கு பிள்ளைகள். மூத்த பெண்ணுக்கு இருபத்து நான்கு வயதிருக்கும். கடைக் குட்டிப் பாப்பாவுக்கு மூன்று வயது தான். நடுவில் இரண்டு ஆண் பிள்ளைகள் வயது பத்து மற்றும் பதிமூன்று இருந்திருக்கலாம்.

"ஏன் இவ்வளவு வயது வித்தியாசத்தில் பிள்ளைகளைப் பெற்றார்கள்?" என்று என் மருமகள் மூளையைப் போட்டுக் குழப்பிக் கொள்வாள்.

மேலும் அந்த அம்மாவைப் பார்த்தால் சிறுவயதாக இருந்தாள்.

ஒரு நாள் அந்த மனிதர் என் மகனிடமும், மருமகளிடமும் தன் கதையைச் சொன்னார்.

இந்த பெண் அவருடைய இரண்டாவது மனைவியாம்.

அந்த மனிதருக்கும் அவர் முதல் மனைவிக்கும் இரண்டு பெண் குழந்தைகள் பிறந்தார்கள். ஆஸ்திரேலியாவில் வாழ்ந்து வந்தவர்கள், வருடம் ஒருமுறை மூணு வாரங்களுக்கு இந்தியா போய் வருவது வழக்கமாம்.

அப்படி 2002ல் விடுமுறைக்கு இந்தியாவுக்கு வந்தபோது அவர் மனைவி, மகள்களுடன் பக்கத்து ஊருக்குப் போனார். அங்கு கடலில் கொஞ்சம் தொலைவில் உள்ள ஒரு தீவுக்குப் படகுச் சவாரி போனார்கள்.

அன்று அவர்கள் சென்ற படகு, எதிர்பாராத விதமாக, நீரில் கவிழ்ந்து விழுந்தது. படகில் இருந்த பலர் நீரில் மூழ்கி இறந்து போனார்கள்.

என் மருமகள் அந்த விபத்தைப் பற்றி நாளிதழ்களில் படித்ததாக ஞாபகம். அப்போது அவள் இந்தியாவில்தான் இருந்தாள். அந்த கோர விபத்தில் தப்பித்த ஒருவரை சந்தித்ததும், அவளுக்கு ஆச்சரியம் தாங்க முடியவில்லை.

அந்த மனிதர் அன்று நடந்தவற்றைச் சொன்னார்.

"படகு கவிழ்ந்ததும், என் கண் முன்னே என் மனைவியும் இளைய மகளும் தண்ணீரில் அடித்துச் செல்லப்படுவதை பார்த்தேன். எங்கள் அருகில் இருந்த மீனவர்களின் படகுகள் செல்லப்படுவதைப் எங்கள் உதவிக்கு உடனே வந்தன. என் மூத்த மகளைக் காப்பாற்றி அந்தப் படகு ஒன்றில் தூக்கி போட்டேன்."

"மனைவியையும் இளைய மகளையும் காப்பாற்ற முடியவில்லை."

"நானும் என் மூத்த மகளும் ஆஸ்திரேலியாவுக்கு திரும்பி வந்தோம். தனியாக இருப்பது கஷ்டமாக இருந்தது."

“ஊரில் இருந்த சொந்த பந்தங்கள் எல்லாம் வேறு திருமணம் செய்யச் சொல்லி, பல பெண்களை எனக்கு பரிந்துரைச் செய்தார்கள். எனக்கு அவர்களை மறுமணம் செய்து கொள்ளப் பிடிக்கவில்லை.”

“பின், என் முதல் மனைவியின் தோழி பற்றி ஞாபகம் வந்தது. அவள் கணவன் அவளுக்கு இரண்டு மகன்கள் பிறந்தப்பின், இளம் வயதிலேயே காலமாகிவிட்டார். தனியாகப் பிள்ளைகளுடன் சிரமப்பட்டுக் கொண்டிருந்தாள். அவளைப் போய் பார்த்து மனம் விட்டுப் பேசினேன்.”

“இப்பொழுது அந்தப் பெண் தான் என் மனைவி.”

“அவளுடைய இரண்டு மகன்களையும், என் மகன்கள் போல் பாவித்து வருகிறேன். கடைக்குட்டிப் பெண் எனக்கும், என் இரண்டாம் மனைவிக்கும் பிறந்தவள்,” என்று சொல்லி அவர் கதையை முடித்தார்.

அதைக் கேட்ட என் மருமகள் நெகிழ்ந்து போய் விட்டாள். இரண்டாவது மனைவியைத் தேர்ந்தெடுக்கும் போது அந்த மனிதர் காட்டிய பெருந்தன்மையை எண்ணி ஆச்சரியப்பட்டாள்.

அந்த பெண்ணின் இரண்டு மகன்களையும் பற்றியும் அவள் நினைக்கத் தவறியதில்லை. ஒரு குக்கிராமத்தில் தகப்பன் இல்லாமல் வாழ்க்கையில் நலிந்து போகாமல், ஆஸ்திரேலியா வந்து ஒரு நல்ல நிலையில் வாழ்கிறார்கள். அது அவர்களின் அதிர்ஷ்டம் தானே?

முக்கியமாக என் மருமகள் அந்த மனிதரின் மூத்த மகளைப் பற்றி தான் பேசி பேசி வியந்து போவாள்.

“தன் தாயையும், தங்கையையும் ஒரே தினத்தன்று இழந்து, வருடம் முடியும் முன் வேறு ஒரு பெண்ணைத் தன்

தாயின் இடத்தில் வரவேற்று, அவள் பிள்ளைகளைத் தன் தம்பிகளாக ஏற்றுக் கொண்டு, அவர்களுடன் ஒற்றுமையாக வாழ எவ்வளவு மனப்பக்குவம் தேவை," என்று என்னிடம் சொல்வாள்.

மேலும், இந்த குடும்பத்தின் கதையை பற்றிப் பேசும் போதெல்லாம் என் மருமகள் இப்படித்தான் முடிப்பாள்.

"நினைத்துப் பார்க்கவே பயமாக இருக்கிறது. ஒரு வினாடியில் நம் வாழ்க்கை எப்படி வேண்டுமானாலும் மாறலாம், இல்லையா?"

நாம் இறந்த பின் என்ன நடக்கும்?

என் பிள்ளைகள் பள்ளியில் படித்துக் கொண்டிருக்கும் போது நான் பெற்றோர் ஆசிரியர் சங்கத்தில் உறுப்பினராக இருந்தேன்.

சங்கம், வகுப்புக்கு ஒரு பெற்றோர் என்ற கணக்கில் உறுப்பினர்களைக் கொண்டிருக்கும். உறுப்பினர்கள் எல்லாம் வருடத்திற்கு சில முறை ஆசிரியர்களைச் சந்தித்து பள்ளி விவகாரங்களைப் பற்றி பேசிக் கொள்வார்கள். ஏதாவது குறை இருந்தால் எடுத்துச் சொல்வார்கள். மற்றபடி சங்கத்தின் உறுப்பினர்கள், பெரிதாகப் பள்ளி விவகாரத்தில் தலையிட மாட்டார்கள்.

ஒன்று முதல், +2 முடிய அதே பெற்றோர்கள் தான் முன்வந்து, சங்கத்தில் உறுப்பினர்களாக இருப்பார்கள்.

இதனால் உறுப்பினர்கள் எல்லோரும் ஒற்றுமையாக நண்பர்கள் போல் இருந்தார்கள். ஒன்றாக வெளியில் போவார்கள். வீட்டு விழாக்களில் பங்கேற்றுக் கொள்வார்கள். தீபாவளி, ரம்ஜான், கிறிஸ்துமஸ் என்று எல்லா பண்டிகைகளுக்கும் ஒருவருக்கொருவர் திண்பண்டங்களும் பரிசுகளும் வழங்கி மகிழ்வார்கள்.

எங்க சங்கத்தின் ஹீரோவாக நாங்கள் நினைத்தது மிஸ்டர் இளங்கோவைத் தான் என்று சொன்னால் மிகையாகாது.

அவர் மிகவும் ஜாலியான மனிதர். அவரும் அவர் மனைவியும் எங்களை அவர்கள் வீட்டுக்கு அடிக்கடி அழைத்து விருந்து வைப்பார்கள். புதுப் படங்களின் முதல் நாள் முதல் ஷோவுக்கு டிக்கெட் வாங்கி, எல்லோரையும் கூட்டி போவார்கள்.

மேலும் மிஸ்டர் இளங்கோ எந்த ஒரு தலைப்பு என்றாலும் சளைக்காமல் அதைப் பற்றிப் பேசக்கூடிய சொல்வளம் மிக்கவர்.

எங்கள் சங்கத்தில் திருமதி தாரா என்று ஒரு பெண்மணியும் இருந்தார். அவரும் நன்றாகப் பேசுவார். எல்லோருடனும் நட்புடன் பழகுவார்.

மிஸ்டர் இளங்கோவும், திருமதி தாராவும் எங்கள் சங்கத்தை எப்பொழுதும் கலகலப்பாக வைத்திருப்பார்கள்.

நான் பள்ளி சங்கத்தில் உறுப்பினராக இருந்தது பல வருடங்களுக்கு முன். அன்று உறுப்பினராக இருந்த போது நடந்தவை எல்லாம் பசுமையாக என் மனதில் பதிந்து விட்டிருந்தன.

எல்லாமே சந்தோஷமான நினைவுகள் தான். ஒன்றைத் தவிர.

நான் சங்கத்தில் உறுப்பினராக ஏழெட்டு வருஷம் இருந்தேன். என் கணவர் திடீரென இறந்து போகும் வரை.

அதன் பின், பெற்றோர் ஆசிரியர் சங்கத்தை விட்டு விலகிவிட்டேன். பழைய நண்பர்களை எல்லாம் விட்டுத் தூர நகர்ந்து விட்டேன்.

ஒரு நாள் என் மூன்று பிள்ளைகளையும் அழைத்துக்கொண்டு சென்னை ஸ்பென்ஸர் பிளாசாவில் இருந்த பெரிய புத்தகக் கடை ஒன்றுக்குப் போனேன்.

என் பிள்ளைகள், குழந்தைகள் பிரிவில் புத்தகங்களைப் பார்த்துக் கொண்டிருந்தார்கள். தத்துவ சிந்தனைகள் இருந்த புத்தக செல்ஃப் பக்கம் நான் போனேன்.

'நாம் இறந்த பின் என்ன நடக்கும்?' என்ற தலைப்பில் ஒரு புத்தகம் என்னைக் கவர்ந்தது. அதை எடுத்து சுவாரசியமாக வாசிக்க ஆரம்பித்தேன்.

மறுநாள் திருமதி தாரா எனக்குப் போன் செய்தார்கள்.

முந்தைய நாள் மாலை, மிஸ்டர் இளங்கோவும், நான் சென்ற அதே புத்தகக் கடைக்கு வந்திருந்தாராம். என்னுடன் பேசலாம் என்று அருகில் வர நினைத்தவர், நான் படித்துக் கொண்டிருந்த புத்தகத்தைப் பார்த்து நின்று விட்டாராம்.

அவர் மிஸ்ஸஸ் தாராவிடம், "என் இதயம் இரத்தம் கசிந்தது, அவள் கையிலிருந்த புத்தகத்தின் தலைப்பைப் பார்த்து. பாவம், கணவன் இறந்த பின் என்னென்ன கேள்விகளுக்கு விடை தேடிக் கொண்டிருக்கிறாளோ," என்று வருத்தப்பட்டுச் சொன்னாராம்.

பள்ளிச் சங்க உறுப்பினர்களை எல்லாம் நான் தவிர்த்தாலும், திருமதி தாரா மட்டும் என் பிறந்தநாளன்று ஞாபகமாக எனக்கு போன் செய்வார். அவர் சகோதரியின் பிறந்த நாளும் அதுவே என்பதால் எனக்கு அவர் வாழ்த்து சொல்ல மறக்க மாட்டார்.

சில வருடம் கழித்து எனக்கு பிறந்தநாள் வாழ்த்துச் சொல்ல போன் செய்த திருமதி தாரா, "மிஸ்டர் இளங்கோவுக்கு வயிற்றுப் புற்றுநோய் தாக்கியுள்ளது. நாலாவது கட்டத்துக்கு முற்றிவிட்டது. டாக்டர்கள் கை விரித்து விட்டார்கள். இன்னும் சில மாதங்கள் கூட தாக்குப் பிடிக்க முடியாது என்று சொல்கிறார்கள்." என்று சொன்னார்.

அதை கேட்டு நான் அதிர்ந்து போய் விட்டேன்.

எவ்வளவு ஒரு ஜாலியான மனிதர். என்னை விட பல வயது சிறியவர். சாவின் விளிம்பில் நிற்கிறாரா? என்னால் தாங்க முடியவில்லை.

சில மாதங்களில் அவருடைய இறப்பு அறிவிப்பை நாளிதழில் பார்த்தேன்.

நான் அவரை ஒரு முறை போய்ப் பார்த்து இருக்கலாமோ, என்று தோன்றியது. ஆனால், அவரைப் படுத்தப் படுக்கையாகப் பார்த்திருந்தால் என் இதயமும் இரத்தம் கசிந்து இருக்கும், அல்லவா?

'நாம் இறந்த பின் என்ன நடக்கும்?' என்ற தலைப்பிலுள்ள புத்தகம், மிஸ்டர் இளங்கோ என்னைத் தொந்தரவு செய்ய வேண்டாம் என்று, அன்று கடையில் என்னுடன் பேசாமல் விட்டுச் சென்ற போது, நான் வாங்கிய புத்தகம், என் வீட்டு அலமாரியில் உள்ளது.

அது என் கண்ணில் படும்போதெல்லாம், நான் அவரைப் பற்றி நினைத்துக் கொள்வேன்.

இணை பிரிந்த நண்பர்கள்

சோமு என்ற சோமசுந்தரமும், நம்பி என்ற அழகியநம்பியும் நண்பர்கள். எப்போதும் ஒன்றாக இருப்பார்கள். பள்ளி பருவத்தில் இருந்தே இணை பிரியாமல் இருந்தார்கள். இப்போது இருபத்து ஐந்து வயதைத் தாண்டியவர்கள் வாழ்க்கையில் ஒரு பெண் நுழைந்தாள்.

அவள் தான் பிரியா.

சோமு அவளிடம் மனதைப் பறி கொடுத்தான். காதலில் அவன் நடை, உடை, பாவனை எல்லாம் மாறி போய், அவள் நினைவாகவே பித்துப் பிடித்தவன் போல் இருந்தான்.

பிரியாவிடம் தன் காதலைச் சொன்னான். அதற்கு அவள் என்ன சொன்னாள்?

'சரி' என்றும் சொல்லவில்லை. 'இல்லை' எனறும் சொல்லவில்லை.

"என் அப்பா அம்மாவிடம் கேளுங்கள். அவர்கள் விருப்பம் இல்லாமல் நான் ஒன்றும் சொல்ல முடியாது," என்று சொல்லி விட்டாள்.

சோமு நம்பியிடம் "நீ எனக்கு பெண் கேட்டு போகிறாயா? அவர்கள் வீட்டில் விருப்பம் தெரியாமல் என் அப்பா அம்மாவை அங்கு அனுப்ப முடியாது," என்று கேட்டான்.

நம்பியும் முட்டாள்தனமாக பிரியாவின் பெற்றோரிடம் பெண் கேட்டுப் போனான்.

அவர்கள் 'சரி' என்று சொன்னார்களா? 'இல்லை' என்று சொன்னார்களா?

இரண்டுமே சொல்லவில்லை.

பிரியாவின் அப்பா, "பிரியாவுக்கு ஒரு அக்கா இருக்கிறாள். இவளைவிட நாலு வயது பெரியவள். அவளுக்குக் கல்யாணம் செய்த பின் தான் பிரியாவின் கல்யாணத்தைப் பற்றி நாங்கள் யோசிக்க முடியும்" என்று கூறிவிட்டார், திட்டவட்டமாக.

அவர் சொல்லுவதும் நியாயம் தானே?

ஆனால் நம்ம சோமு அதை ஏற்றுக்கொண்டானா? இல்லவே இல்லை. மாறாக மிகவும் பதட்டமடைந்தான்.

"அவருக்கு எனக்குப் பெண் தர இஷ்டமில்லை. அது தான் நொண்டி சாக்கு சொல்கிறார். எனக்குப் பிரியாவை நிச்சயமாவது பண்ணலாமே. ஏன் மூத்தவளுக்குத் திருமணம் ஆகும் வரை எதுவும் சொல்வதற்கில்லை என்று பிடிவாதம் பிடிக்கிறார்? அக்காவுக்கு எப்ப மாப்பிள்ளை அமைந்து எப்ப நாங்கள் ஒன்று சேர?" என்று புலம்ப ஆரம்பித்தான்.

திடீரென்று அவனுக்கு ஒரு யோசனை தோன்றியது.

அவன் நம்பியிடம் "நீ அவள் அக்காவை திருமணம் செய்துக்கோடா. நம்ம நண்பர்களாக மட்டும் இல்லாமல், சகலைகளாகவும் ஆகிவிடலாம். ப்ளீஸ் நம்பி, எனக்காக இதை நீ செய்ய மாட்டியா? பிரியாவின் அக்காவும் அழகாகத்தான் இருக்கிறாள். நீ அவளைக் கல்யாணம் பண்ணிக்கோ நம்பி" என்று கெஞ்ச ஆரம்பித்தான்.

நம்பி, 'உயிர் கொடுப்பான் தோழன்' பரம்பரையில் வந்தவன்போலும். தன் நண்பன் மனதை மாற்ற முடியவில்லை என்று தன் மனதை மாற்றிக் கொண்டான்.

நம்பியின் அப்பா மிகவும் கண்டிப்பான மனிதர். நம்பி பிரியாவின் அக்காவைத் திருமணம் செய்யது கொள்ள அவர் சம்மதிக்கவே இல்லை. பல காரணங்களைச் சொல்லி, நம்பியைத் தடுத்து நிறுத்தப் பார்த்தார்.

ஆனால் நம்பி நண்பனுக்காக, தன் குடும்பத்தினரைப் பகைத்துக் கொண்டு பிரியாவின் அக்காவைத் திருமணம் செய்து கொண்டான்.

அவன் தந்தை அவனுடன் அதற்குப்பின் பேசவே இல்லை.

சோமுவுக்கும் பிரியாவுக்கும் திருமணம் நடந்ததா? அதற்கு தானே நண்பர்கள் இருவரும் இவ்வளவு திட்டம் தீட்டினார்கள்.

அதுதான் இல்லை.

நம்பிக்கு திருமணமாகி ஒரு வாரத்தில் சோமு ஒரு விபத்தில் இறந்து போனான்.

நம்பிக்குத் உலகமே ஸ்தம்பித்து நின்றது. அவன் இயல்பு நிலைக்கு வர பல வருடங்களாயின.

பிரியாவுக்கு இரண்டு வருடம் கழித்து வேறு மாப்பிள்ளைப் பார்த்து திருமணம் செய்து வைத்தார்கள்.

அவள் இப்போது நன்றாகத்தான் இருக்கிறாள்.

லண்டனில் கார் ஓட்டினேன்

இருபத்து மூன்று வயதில் எனக்கு சென்னையில் திருமணம் நடந்தது. இரண்டு மாதத்தில் லண்டனில் குடித்தனம் செய்ய அனுப்பி வைத்தார்கள். இப்படித் தான் ஆரம்பமானது என் மணவாழ்க்கை.

"லண்டனில் கார் ஓட்டினால் தான் பிழைக்க முடியும்," என்றார் என் கணவர்.

"நான் சென்னையில், தி.நகரில், தீபாவளிச் சமயத்தில் கார் ஓட்டிய வளாக்கும். இதெல்லாம் எனக்கு ஈசி," என்று தம்பட்டம் அடித்துக் கொண்டாலும் லண்டனில் கார் ஓட்டுவது கொஞ்சம் சிரமமாகத் தான் இருந்தது.

என் அன்புக் கணவர் எனக்குப் பயிற்சியாளராக என் பக்கத்தில் ஏறி அமர்ந்தவுடன் அன்பு எல்லாம் பறந்துப் போய்விடும்.

"ஓ மை காட்! என்ன பண்ற? கவனம், கவனம். இந்த லட்சணத்தில் உனக்கு இன்டர்நேஷனல் லைசென்ஸ் கிடைக்க ஐந்து வருஷம் ஆகும் பாரு,"என்று கத்தினார்

"ஏய், முட்டாள். முட்டாள். உனக்கெல்லாம் எவன் டிரைவிங் டெஸ்டில் பாஸ் கொடுத்தான்?" இப்படியே என் கணவர் என்னை மட்டம் தட்டிக் கொண்டிருந்தார்.

இரண்டு மூன்று நாட்கள் கழித்து எனக்கு எரிச்சல் தாங்க முடியவில்லை.

“நான் இனிமேல் உங்களிடம் டிரைவிங் கத்துக்க மாட்டேன் போங்க,” என்று சொல்லி, வாகனத்தை ஓரம் கட்டி நிறுத்தினேன்.

என் பக்கம் கதவை திறந்து வெளியில் இறங்கினேன், சுத்தி வந்து பக்கத்துச் சீட்டில் அமரலாம் என்று.

ஆனால் என் கணவர், கார் கதவுகளை ‘சைல்ட்-லாக்’ செய்து விட்டு, டிரைவர் சீட்டில் போய் அமர்ந்தார். காரை ஸ்டார்ட் செய்து, வேகமாகக் கிளம்பி போய்விட்டார்.

விளையாடுகிறார், காரை நிறுத்துவார் என்று நினைத்தேன். வேகமாக போய்க் கொண்டிருந்த காரைப் பார்த்துக் கொண்டிருந்தேன். கண்ணில் இருந்து கார் மறைந்தது.

கொஞ்ச நேரம் தவிக்க விட்டுவிட்டு திரும்பி வருவார் என்று காத்திருந்தேன். அவர் வரவே இல்லை. பத்து நிமிடம் கழித்து அவர் போன திசையை நோக்கி நடக்க ஆரம்பித்தேன்.

என் பர்ஸ் காரில் இருந்தது. மேலும் என் வீட்டின் கரெக்ட் அட்ரஸ் கூட எனக்கு சொல்லத் தெரியவில்லை.

எங்கள் ஏரியாவில் ஒரு பெரிய பொது நூலகம் இருக்கும் என்று மட்டும் எனக்குத் தெரியும். நான் அதற்கு வழி கேட்டுக் கொண்டே நடந்தேன்.

அந்த நூலகத்தைப் பார்த்ததும் தான் என் மூச்சு திரும்பி வந்தது.

அதன் எதிரில், என் அப்பார்ட்மென்ட் கண்ணில் பட்டது. ஆனால் என் வறட்டு கௌரவம் உடனே வீட்டுக்குச் செல்லாமல் என்னைத் தடுத்து நிறுத்தியது.

இரண்டு மணி நேரம், நூலகத்தில் அமர்ந்து, கண்ட புத்தகங்களை எல்லாம் புரட்டிக் கொண்டிருந்தேன்.

நூலகத்தை மூடப் போவதாக அறிவிப்பு வந்ததும், நான் எழுந்து வீடு நோக்கி நடந்தேன்.

வீட்டை அடைந்ததும் கதவைத் தட்டினேன்.

என் கணவர் கோபமாகவோ அல்லது பயந்து கொண்டோ வந்து கதவைத் திறப்பார் என்று நினைத்தேன்.

ஆனால் அவர் மிக அமைதியாக வந்து கதவைத் திறந்து விட்டு விட்டு, தன் லேப்டாப்பை நோண்ட ஆரம்பித்தார்.

பல மணி நேரம் கழித்து திரும்பி வந்த என்னிடம் ஒன்றும் கேட்கவில்லை.

எனக்கு பொறுக்கவில்லை.

"இவ்வளவு நேரம் என்னைத் தேடாமல் எப்படி இருந்தீர்கள்? நான் தொலைந்து போய் விடுவேன் என்று பயப்பட வில்லையா?" என்று கேட்டேன்.

"நீ கெட்டிக்காரி. அவ்வளவு லேசாக எல்லாம் தொலைந்து போய் விட மாட்டாய். ஏதாவது மால் அல்லது நம் எதிர் ரோட்டில் இருக்கும் நூலகத்தில் கொஞ்ச நேரம் உட்கார்ந்து விட்டு வருவாய் என்று எனக்கு நன்றாகத் தெரியும்," என்று நேரில் பார்த்தவர் போல் சொன்னார்.

ஃப்ரெண்ட்ஸ் இது நடந்தது ஆயிரத்து தொள்ளாயிரத்து எண்பதுகளில்.

இப்போதெல்லாம் சின்ன சின்ன விஷயத்துக்கெல்லாம் பிள்ளைகள் விவாகரத்து செய்து விட்டு, போய் விடுகிறார்கள்.

நான் அப்படி கோபப்பட்டு இந்தியாவுக்குக் கிளம்பி வந்திருந்தால், என் வாழ்கை எப்படி போயிருக்குமோ?

நல்ல காலம் நான் அப்படி செய்யவில்லை. இப்பொழுது பிள்ளை குட்டிகளுடன் லண்டனின் ஓரளவு நன்றாக வாழ்கிறேன்.

என் கணவர் நல்லவர் தான். ஆனால் அப்போ அப்போ அவருக்கு மண்டையில் ஒரு ஆணி கழன்று விடும். நான் அட்ஜஸ்ட் செய்து கொள்வேன்.

இது தானே வாழ்க்கை.

கல்லூரியின் பின் பக்கம் பேயா?

பல வருடங்களுக்கு முன் நான் ஒரு தொழில் நுட்பக் கல்லூரியில் படித்தபோது நடந்த கலாட்டா இது.

எங்கள் கல்லூரி, சென்னைக்கு வெளியில், ஈ.சி.ஆர் சாலையில் இருந்தது. அப்பொழுது தான் அந்த ஏரியாவை கொஞ்சம் கொஞ்சமாக மேம்படுத்திக் கொண்டிருந்தார்கள். அங்கு ஒன்றும் இங்கு ஒன்றுமாக கல்லூரிகள், கடைகள், பொழுதுபோக்கு பூங்கா என்று எழுப்பி வந்தார்கள்

ஆனால் எங்கள் கல்லூரியின் பின்னால் இருந்த இடம் ஏக்கர் கணக்கில் வெறும் காய்ந்துப் போன வயலும், வரப்பும், தூரத்துக்கு ஒரு கிணறுமாகத் தான் இருக்கும். ஆங்காங்கே குடிசைகளும் இருக்கும்.

எங்கள் கல்லூரியில் ஒரு கொள்கை வைத்திருந்தார்கள். மாணவர்கள் மாலை ஆறு மணிக்கு மேல் வெளியில் போகக்கூடாது. முக்கியமாகக் கல்லூரி நடந்து கொண்டிருக்கும், திங்கள் முதல் வெள்ளி வரை யாரும் வெளியில் போகக் கூடாது.

யார் இந்த விதிகளை எல்லாம் மதித்தார்கள்?

நான் நான்காம் வருடம் படிக்கும்போது, என் வகுப்பைச் சேர்ந்த, ஐந்து பேர், கல்லூரி விடுதி சுவரைத் தாண்டி குதித்து, குறுக்கு வழியாக நடந்துப் போய், புதிதாக திறந்திருந்த காம்ப்லெக்ஸுக்குப் போகலாம் என்று முடிவெடுத்தோம்.

சாயங்காலம் அப்படியே சுவர் ஏறிக் குதித்து, வயல் வரப்பு மேல், ஒருவர் பின் ஒருவராக வரிசையாக, சிரித்துப் பேசிக் கொண்டே நடந்தோம்.

கடைசியில் வந்த பையன் திடீரென்று, “டேய், யாரோ நம்மை பின் தொடர்ந்து வந்துட்டு இருக்காங்க டா” என்றான்.

நாங்கள் ஐந்து பேரும் நின்று திரும்பிப் பார்த்தோம்.

கொஞ்சம் தூரத்தில் நிழல் போல் ஒரு உருவம் சுலபமாக வரப்பின் மேல் குதித்து குதித்து வருவது போலிருந்தது.

திடீரென்று அந்த உருவம் அங்கே இருந்த கிணற்றுக்கு அருகில் போய் மறைந்து விட்டது.

செய்வது அறியாமல் திகைத்து நின்ற நாங்கள், கொஞ்சம் நேரத்தில் சுதாகரித்துக் கொண்டு, மெயின் ரோடு நோக்கி நடந்தோம்.

ஒரு பேருந்தைப் பிடித்து காம்ப்லெக்ஸுக்கு போய், ஜாலியாக நேரம் செலவழித்தோம். மறுபடியும் கல்லூரி பக்கம் போகும் பேருந்தைப் பிடித்து, முதலில் நடந்து வந்த வயற்காட்டுப் பக்கம் வந்து சேர்ந்தோம்.

இப்போது அங்கே ஒரு பாட்டி உட்கார்ந்து அழுது கொண்டிருந்தாள்.

“ஏன் அழுவுற பாட்டி,” என்று சிரத்தையுடன் கேட்டோம்,

“என் மருமகள் ரேவதி, நேற்று அந்தக் கிணற்றில் விழுந்து தற்கொலை பண்ணிக் கொண்டாள்” என்று தூரத்தில், முன்பு நாங்கள் பார்த்த கிணற்றை நோக்கி கையை நீட்டி, ஓவென்று அழுதாள்.

“அந்த கிணற்றுப் பக்கம் தானே அந்த நிழல் உருவம் குதித்து குதித்து போய் மறைந்தது. அது அவள் மருமகளின்

ஆவியாக இருக்குமா?" என்று ஒருவன் எங்கள் மூளைக்குள் ஒரு சிந்தனையை திணிக்க, நாங்கள் பயத்தில் உறைந்துப் போனோம்.

"இருட்டில் அந்தப் பக்கம் போக வேண்டாம் டா. பேசாமல் முன் கேட் வழியாகப் போகலாம். செம்மையாக வார்டன் கிட்ட திட்டு கிடைக்கும். நாலஞ்சு வாரம் நம்மை வெளியில் போக விட மாட்டாங்க. தண்டனைக் கொடுப்பாங்க. அதுவே தேவலாம். பேய் என்று சொன்னாலே பயமா இருக்கு டா," என்றான் ஒருவன்

" வேண்டாம் டா. வார்டன் கிட்ட மாட்டினால், வீட்டுக்கு லெட்டர் போகும். எங்க அப்பா கோபப்படுவார்." என்றான் மற்றொருவன்.

என்ன செய்யலாம் என்று நாங்கள் மூளையைப் போட்டுக் குழப்பிக் கொண்டோம்.

அந்த பாட்டி அங்கே அமர்ந்து அழுது கொண்டுத் தான் இருந்தாள்

"போங்க டா. பேயாவது கியாவது. வந்த வழியாகப் போகலாம்," என்று சுரேஷ் சொன்னான்.

'சரி,' என்று நாங்களும், ஒருவர் பின் ஒருவராக வந்த வழியே இருட்டில் நடந்து போனோம். ஆனால் இந்த முறை கைகோர்த்துக் கொண்டு அமைதியாக நடந்தோம். முன்பு போல் சிரித்துக் பேசிக் கொண்டு போகவில்லை.

திடீரென்று கடைசியாக, வந்த அர்ஜூன், "அய்யோ, அய்யோ. யாரோ என்னைப் பின்னாலிருந்து இழுக்குறாங்கடா" என்று உறக்க கத்த ஆரம்பித்தான்.

என் முன்னால் நடந்த மூன்று பேரும் இதைக் கேட்டதும் கைகளை உதறித் தள்ளிவிட்டு ஹாஸ்டலை நோக்கி ஓட ஆரம்பித்தார்கள்.

என் பின்னால் வந்த அர்ஜூன் கையை என்னால் உதற முடியவில்லை. அவன் இறுக்கமாக என் கையைப் பற்றிக் கொண்டிருந்தான்.

எனக்கு இரண்டு வழிகள் தான் இருந்தன. ஒன்று அர்ஜுனனைத் தள்ளிவிட்டு, நான் தப்பித்து ஓட வேண்டும் அல்லது அவனையும் இழுத்துக் கொண்டு ஓட வேண்டும். நான் இரண்டாவதைத் தான் செய்தேன்.

என் கையை இறுக்கமாகப் பிடித்திருந்த அர்ஜுனனின் கையை விடுவித்து, அவனை முழங்கை அருகே பிடித்து, தரதரவென்று இழுத்துக் கொண்டே ஓடினேன்.

அர்ஜூன் சும்மா வரவில்லை. கத்தி ஆர்ப்பாட்டம் செய்துக் கொண்டே தான் வந்தான்.

அதற்குள் முன்னதாக ஓடிப்போன மூன்று நண்பர்கள் ஹாஸ்டல் போய்ச் சேர்ந்து மற்ற மாணவர்களிடம் நடந்தவற்றைச் சொல்லியுள்ளார்கள்.

ஹாஸ்டல் மாணவர்கள் சிலர் பயத்துடன் பின் சுவர் பக்கம் நின்று கொண்டிருந்தார்கள்.

நான் அர்ஜுனை இழுத்துக் கொண்டு வந்ததும், எங்கள் இரண்டு பேரையும் சுவற்றை தாண்டி வர உதவி செய்தார்கள். அர்ஜுன் அன்று இரவு முழுவதும் ஒன்றுமே பேசவில்லை.

காலையில் அர்ஜூன் எழுந்தவுடன் பயந்து பயந்து முதலில் நான் தான் அவனிடம் பேச்சு கொடுத்தேன்.

பாவி பயபுள்ள, சிரிக்க ஆரம்பித்தான்.

என்னைப் பார்த்துக் கேட்டான் "மச்சான் பயந்துட்டுயா? சும்மா தமாசுக்குச் செஞ்சேன் டா. யாரும் என்னைப் பின்னாலிருந்து இழுக்கவில்லை. உங்க ரியாக்ஷன் எப்படி

இருக்குன்னு பார்க்கத்தான் அப்படி நடிச்சேன்," எனறு சொன்னான்.

"டேய் விளையாடாதே. நீ எப்படி அலறினாய்? எப்படி என் கையை கீறினாய்? உன்னை இழுத்துக்கொண்டு வருவதர்க்குள், நான் என்ன பாடுபட்டேன் தெரியுமா?" என்றேன் கோபமாக.

"பெரிய மாவீரன் மாதிரி எப்பவும் பேசுவ. நான் சும்ம நடிச்சதுக்கே எப்படி பயந்து நடுங்கின? உலகத்துல பேய் பிசாசு அப்படியெல்லாம் ஒன்னும் இல்லடா. எல்லாம் நம்ம மனபிராந்தி தான்," என்று சொன்னான். ஆனால் யாரும் அவனை நம்பவில்லை.

பிராந்தியாவது, விஸ்கியாவது? ஏதோ விஷயம் இருக்கு. பயபுள்ள இப்ப தான் புருடா விடுறான்.

நாங்கள் அவனை அடிக்காத குறைதான் போங்கள். கல்லுளி மங்கன். சொன்னதைத் தான் திரும்பவும் சொன்னான்.

அன்று ராத்திரி ஏதோ ஒன்று நடந்தது. என்னவென்று தான் எங்களுக்கு ஒன்றும் புரியவில்லை.

திருடு போன பொருள் திரும்ப கிடைக்குமா?

சுஜாவின் அம்மா கோபமாய் முன் கேட் அருகே நின்று கொண்டு, தெருவில் யாரையோ தேடிக் கொண்டிருந்தாள். அவள் வீட்டின் கொல்லைப்புறத்தைச் சுத்தம் செய்ய வரும் பெண் நான்கு நாட்களாக வரவில்லை. மட்டம் போட்டுவிட்டாள்.

இப்பொழுது கொல்லைப்புறம் குப்பையும் கூளமுமாக இருந்தது. தெருவில் நின்று, சுத்தம் செய்ய யாராவது கிடைக்கிறார்களா என்று தேடினாள்.

அப்போது ஒரு பையன் அந்த வழியாக வந்தான். அவன் கிழிந்த சட்டையும் டிரௌசரும் போட்டு இருந்தான். நெற்றியில் அடிபட்டு, அதன் மேல் ஒரு பிளாஸ்திரி ஒட்டி, பார்க்கவே பரிதாபமாக இருந்தான்.

அவன், சுஜாவின் அம்மா அருகே வந்து, “அம்மா காலையிலிருந்து இன்னும் சாப்பிடவில்லை. ரொம்ப பசிக்குது ஏதாவது கொடுங்கம்மா,” என்று கேட்டான்.

அவனுக்குக் கொஞ்சம் பழைய சாதத்தைக் கொடுத்துவிட்டு, அவனையே கொல்லைப்புறத்தையும் பெருக்க வைக்கலாம் என்று சுஜாவின் அம்மா நினைத்தாள்.

அவனிடம், "காசு தருகிறேன். கொஞ்சம் பின் தோட்டத்தைப் பெருக்கி சுத்தம் செய்கிறாயா? என்று கேட்டாள்.

அவனும், "சரி," என்றான்.

அவனிடம் துடைப்பமும் முறமும் கொடுத்து விட்டு, பெருக்க வேண்டிய இடத்தை அவனிடம் காட்டினாள்.

பின் உள்ளேச் சென்று மதிய சமையலைச் செய்ய ஆரம்பித்தாள்.

அவர்கள் வீடு அந்தக் காலத்து பழைய வீடு. அடுப்பங்கரை கதவைத் திறந்தால் நேராக கொள்ளைபுறம் தான். நடுவில் வராண்டா மாதிரி எதுவும் கிடையாது. சமையலறையிலேயே டைனிங் டேபிள் இருக்கும். தனியாக டைனிங் ரூம் இருக்காது.

சுஜாவின் அம்மா சமையலறைக் கதவைத் திறந்து வைத்துக் கொண்டு, அந்த பையன் மீது ஒரு கண் வைத்துக் கொண்டே சமைத்துக்கொண்டிருந்தாள்.

சுஜாவின் அப்பா மதியம் உணவு உண்ண வந்தார். நேராக டைனிங் டேபிள் அருகே வந்து, தன் கையில் மாட்டியிருந்த வாட்சை கழட்டி அதன் மேல் வைத்து விட்டு, பாத்ரூம் பக்கம் போனார்.

ஒரு வினாடி தான். ஏதோ அசைவு தெரிந்தது போல் இருந்தது. சுஜாவின் அம்மா திரும்பி பார்க்கும் போது, அவர் கழற்றி வைத்த வாட்ச் அங்கு இல்லை.

சுஜாவின் அம்மா கத்திக்கொண்டே வெளியே ஓடினாள். அந்த பையனைக் காணவில்லை. போட்டது போட்ட படியே இருந்தது.

சுஜாவின் அப்பாவும் அவள் சத்தம் கேட்டு வெளியே ஓடி வந்தார். விஷயம் கேட்டு கோபப்பட்டார். ஸ்கூட்டரை எடுத்துக்கொண்டு தெருத் தெருவாக, நெற்றியில் பிளஸ்திரியுடன் ஒரு பையன் தென்படுகிறானா என்று தேடினார். அப்படி யாரும் அவர் கண்ணில் படவே இல்லை.

வீட்டுக்கு வந்து மனைவியிடம் சண்டை போட்டார்.

“இவ்வளவு முட்டாளாக இருப்பியா? முன்பின் தெரியாதவர்களை எல்லாம் இப்படி வீட்டுக்குள் விடுவியா?” என்று கத்தினார்

“ரொம்ப சின்ன பையனுங்க. இந்த வயசுல இப்படித் திருடனாய் இருப்பான் என்று எனக்கு எப்படிங்க தெரியும்,” என்றாள் அவள், அழாதக் குறையாக.

“அந்த வாட்ச்சின் விலை தெரியுமா? நான் சுசர்லாந்து போனபோது ஆசை ஆசையாக வாங்கியது. அவ்வளவு தான். போச்சு. இனிமே அது கிடைக்கவே கிடைக்காது,” என்று குமுறினார்.

அப்போது சுஜா பள்ளியில் இருந்து வீட்டுக்கு வந்தாள். முழு கதையையும் கேட்டு, அவளும் ரொம்ப வருத்தப்பட்டாள்.

நான்கு மணி அளவில் சுஜாவின் தோழி வந்தாள். இருவரும் கொஞ்ச தூரமுள்ள ஒரு பாட்டு வாத்தியார் வீட்டுக்குப் பாட்டுக் கற்றுக்கொள்ள நடந்துப் போனார்கள்.

இருவரும் தினமும் அப்படி செல்வது வழக்கம்.

இன்று நடந்து போகும் போது சுஜா அவள் தோழியிடம் அன்று வாட்சை அந்த சின்னப் பையன் திருடிய கதையை சொல்லிக் கொண்டே போனாள். அவன் நெற்றியில் அடிபட்டு

பிளாஸ்திரி போட்டு இருந்தது வரை, ஒன்று விடாமல் விவரித்தாள்.

அதற்குள் அவர்கள் பாட்டு வாத்தியார் வீட்டை அடைந்தார்கள்.

அப்போது சுஜாவின் தோழி, "உடனே திரும்பிப் பார்க்காதே. நம்ம டீச்சர் வீட்டுக்குப் பின்னால் ஒரு சின்ன பையன் நின்று கொண்டு எட்டி எட்டிப் பார்த்துக் கொண்டிருக்கிறான். அவன் நெற்றியில் ஒரு பிளாஸ்திரி ஒட்டி இருக்கு. அவன் உன் அப்பாவின் வாட்சை திருடியவனாக இருப்பானோ? என்றாள்.

சுஜாவும் ஓரக்கண்ணால் பார்த்தாள்.

"ஆமாம் இவனாக இருக்கலாம். நாம் எதுவும் செய்தால், தப்பித்து ஓடி விடுவான். டீச்சரிடம் சொல்லி அவர் உதவியைக் கேட்கலாம்" என்றாள்.

இருவரும் ஒன்றும் தெரியாதது போல் டீச்சர் வீட்டுக்குள் போனார்கள். அவரிடம் நடந்தவற்றை எல்லாம் சொல்லி அவர் வீட்டின் பின் ஒளிந்திருக்கும் பையனைப் பற்றியும் சொன்னார்கள்.

அவரும் இவர்கள் கூறியதை நம்பினார்.

பின்கட்டு வழியாக மெதுவாக நடந்து சென்று, படாரென்று பாய்ந்து கோழியை அமுக்குவது போல் அந்த சிறுவனை ஒரே அமுக்கில் பிடித்துக் கொண்டார்.

அந்த பையன் திமிறினான். நெளிந்தான். டீச்சர் பிடியிலிருந்து பிய்த்துக் கொண்டு ஓடப் பார்த்தான். ஆனால் அவனால் தப்பிக்க முடியவில்லை.

“டேய், வாட்சை எடுடா. காலையில் இவங்க வீட்டில் திருடிய அந்த வாட்சை எடு. எங்க வச்சிருக்க?” என்று டீச்சர் மிரட்டினார்.

ஏதோ யூகித்து தான் சுஜாவும் அவள் தோழியும் பாட்டு டீச்சரிடம் சொன்னார்கள். ஆனால் அந்த சிறுவன், இவர்களுக்கு எல்லாம் தெரியும் போல என்று நினைத்து, தன் டிரௌசர் பாக்கெட்டுக்குள் கையை விட்டு வாட்சை வெளியில் எடுத்து அவர்களிடம் கொடுத்தான்.

அவர்கள் ஆச்சரியத்துடன் அதைப் பார்த்துக் கொண்டிருக்கும் போது அந்தப் பையன் டீச்சர் பிடியிலிருந்து விடுபட்டு ஓடிப் போய் விட்டான்.

வாட்ச் கிடைத்த சந்தோஷத்தில் அவர்களும் அவனை விட்டு விட்டார்கள்.

அன்று வீடு திரும்பிப் போய், அவள் அப்பாவிடம் அவர் பொருளைத் திருப்பி கொடுத்ததும், அவருக்கு ஆனந்தம் தாங்க முடியவில்லை. மகளைக் கட்டி அணைத்து முத்தம் கொடுத்தார். பெண்கள் இருவரின் புத்திசாலித்தனத்தை பாராட்டினார்.

“நெற்றியில் இருந்த பிளாஸ்திரி அவனைக் காட்டிக் கொடுத்து விட்டது,” என்று சொல்லி வியந்தார்கள்.

“கரெக்ட்டா சுஜா போகும், டீச்சர் வீட்டுக்குப் பின்னால் வந்து அவன் ஒளிந்து இருந்தது எவ்வளவு அதிர்ஷ்டம்,” என்று சுஜாதாவின் அம்மா வியந்தாள்.

அதற்கு சுஜாவின் அப்பா, “இதைத் தான் ஆடு கசாப்புக் கடைக்கு வந்து மாட்டிய கதை என்று சொல்வார்கள் போலும்,” என்று சொல்லி சத்தமாக சிரித்தார்.

சிறுவன் ரகசியமாக எங்கே போனான்?

சிறு வயதில் உங்கள் ஆசிரியரின் திருமணத்தை நீங்கள் பார்த்து இருக்கிறீர்களா?

நான் பார்த்திருக்கிறேன். அதுவும் எப்படி?

எனக்கு ஒன்பது வயது ஆகும் போது, கிளியனூர் கிராமத்தில் நான்காம் வகுப்பு படித்துக் கொண்டிருந்தேன். சூசை மரியதாஸ் என்ற என் வகுப்பு ஆசிரியர்தான் என்னுடைய ஹீரோ. அவரை எனக்கு ரொம்ப பிடிக்கும். அவர் நடை உடை, பாவனை எல்லாவற்றையும் நான் மிகவும் ரசிப்பேன்.

ஊரில் ஒரு வசதியான குடும்பத்தைச் சேர்ந்த பையன் நான். என் பாட்டிக்கு எங்கள் ஊரில் நல்ல பெயர். ஊர் ஜனங்கள் எல்லோரும் அவருக்கு மிகவும் மரியாதை கொடுப்பார்கள்.

ஒரு நாள் என் ஆசிரியர் சூசை மரியதாஸும், அவருடைய மச்சானும் எங்கள் பாட்டியைப் பார்க்க வந்தார்கள். மரியதாஸின் திருமணத்திற்குப் பத்திரிக்கை வைத்தார்கள். எனக்கு சந்தோஷம் தாங்க முடியவில்லை.

நாங்கள் எல்லோரும் என் ஆசிரியரின் திருமணத்திற்கு போவோம் என்று நினைத்தேன்.

ஆனால் என் அம்மா, "ஒரு மரியாதைக்காகத் தான் பாட்டியை அழைக்க அவர்கள் வந்தார்கள். நாம் கல்யாணத்திற்குப் போக மாட்டோம். வேறு ஒரு நாள்

புதுமணத் தம்பதியரை, நம் வீட்டுக்குத் தேநீர் விருந்துக்கு அழைக்கலாம்" என்று என்னிடம் சொன்னார்கள்.

நான் மனமுடைந்துப் போய் விட்டேன்.

கல்யாணம் கிருத்துவ முறைப்படி கோவிலில் நடக்கும். என் குடும்பத்தினர் யாரும் அங்குப் போக மாட்டார்கள் என்று எனக்கு அன்று புரியவில்லை.

ஆனால் எப்படியாவது ஆசிரியரின் திருமணத்தை நேரில் பார்த்தே ஆக வேண்டும் என்ற ஆசை என்னைப் பற்றிக் கொண்டது. அதைப் பற்றியே நான் நினைத்துக் கொண்டிருந்தேன்.

அவர் திருமண நாளும் வந்தது. அன்று ஞாயிற்றுக்கிழமை. நான் யாருக்கும் தெரியாமல் ஆசிரியர் திருமணத்திற்குச் செல்ல ஆயுத்தமானேன். என் தந்தை அப்போது சிங்கப்பூரில் இருந்தார். என் அம்மாவை ஏமாற்றுவது, ஒன்றும் கடினமில்லை.

"தெருவில் பிள்ளைகளோடு விளையாடப் போகிறேன் அம்மா", என்று கத்திவிட்டு நான் நைசாக அடுத்த ஊருக்கு கிளம்பி விட்டேன்.

நான் ஒரு கைலியும், பழைய சட்டையும் தான் அப்போது அணிந்திருந்தேன். வேறு நல்ல பேண்ட் சர்ட் எதுவும் மாற்றவில்லை. அப்படி செய்தால் என் அம்மா சந்தேகப் படுவாள். அதனால் என் பழைய லுங்கியிலேயே கிளம்பி விட்டேன்.

அடுத்த ஊர் மூன்று மைல் தொலைவில் இருந்தது. போகும் பாதை கல்லும் மண்ணும் நிறைந்ததாக இருந்தது. என் நம்பிக்கையையும் விடா முயற்சியையும் பற்றி இப்போது நினைத்தால் எனக்கு ஆச்சரியமாக இருக்கிறது. ஒரு ஒன்பது

வயதுச் சிறுவன் எப்படி என் இலக்கை அடைந்தேன் என்று எனக்கே புரியவில்லை.

பக்கத்து ஊர் சர்ச் மிகவும் சிறியதாக இருந்தது. திருமணம் வெளியில் ஒரு பந்தல் போட்டு அதில் நடந்து கொண்டிருந்தது.

மணமக்கள், முன்னாள் ஒரு நாற்காலியில் அமர்ந்திருந்தார்கள். திருமணத்திற்கு வந்த விருந்தினர்களுக்குத் தரையில் பாய் விரித்து இருந்தார்கள். அதில் எல்லோரும் அமர்ந்திருந்தார்கள். நானும் அமைதியாகப் போய் எல்லோருக்கும் பின்னால் உட்கார்ந்து கொண்டேன்.

கொஞ்ச நேரத்தில் சிலர் என்னைப் பார்த்து விட்டார்கள். பக்கத்தில் அமர்ந்திருப்பவரிடம் என்னைச் சுட்டிக் காட்டி ஏதோ சொல்லிச் சிரித்தார்கள். முன் இருந்தவர்களும் திரும்பித் திரும்பி என்னைப் பார்க்க ஆரம்பித்தார்கள்.

எல்லோரும் புத்தாடை உடுத்தி அழகாக வந்திருந்த இடத்தில் ஒல்லியாக ஒரு சிறுவன் பழைய லுங்கியில் வந்திருந்தால் வித்தியாசமாகத் தானே இருக்கும்?

சில நிமிடங்களில் எல்லோரும் முட்டிப் போட்டு ஜபம் செய்ய ஆரம்பித்தார்கள். எனக்கு அவர்கள் ஏன் முட்டியிடுகிறார்கள் என்று புரியவில்லை. முன்னால் நடப்பது சரியாக தெரியவில்லை என்று தான் எல்லோரும் முட்டிப் போடுகிறார்கள் என்று நினைத்தேன். நானும் அப்படியே செய்தேன். திருமணம் முடியும் வரை முட்டியிட்டே இருந்தேன்.

என் ஆசிரியரின் மச்சான், என் பாட்டி வீட்டுக்கு வந்தாரே அவரே தான், என்னைப் பார்த்துவிட்டார்.

“என்ன தம்பி, நீ எப்படி இங்கே? யாருடன் வந்தாய்?” என்று ஆச்சரியத்துடன் கேட்டார்

“தனியாகத்தான் வந்தேன். சார் கல்யாணத்தைப் பார்க்க ஆசையாக இருந்தது” என்று சொன்னேன் தயங்கியபடி.

அவர் என்னை அரவணைத்து மாப்பிள்ளை அருகே அழைத்துச் சென்றார். எல்லோருக்கும் முன்னால், முதன் முதலில் நான் தான் என் ஆசிரியரின் கையைக் குலுக்கி, “குட் லக் சார்,” என்றேன். என் உடம்பு புல்லரித்தது. அந்த தருணத்தை என்னால் மறக்கவே முடியாது.

“சாப்பிட்டு விட்டுப் போ தம்பி” என்று ஆசிரியரின் மச்சான் அழைத்தார்.

தாமதமானால் என் வீட்டில் என்னைத் தேட ஆரம்பித்து விடுவார்கள் என்று நினைத்து, உடனே என் ஊரை நோக்கி நடையைக் கட்டினேன்.

என் மனம் சந்தோஷத்தில் நிரம்பி வழிந்தது. ஓட்டமும் நடையுமாய் குதூகலத்துடன் வீடு வந்து சேர்ந்தேன்.

நான் இப்பொழுது ஒரு சார்ட்டர்ட் அக்கவுண்டன்ட்.

என் நண்பர்களிடம், அவர்கள் சிறுவயதில் வீட்டுக்கு தெரியாமல் திருட்டுத்தனமாக ஏதாவது செய்தார்களா என்று கேட்டால், காசு திருடினேன், என் அண்ணன் ஸ்கூட்டரை ரகசியமாக ஓட்டினேன், பக்கத்து தோட்டத்தில் மரம் ஏறி பழம் பறித்தேன் என்று தான் அவர்கள் பதில் அளிப்பார்கள்.

யாரும் என்னைப் போல் தன்னுடைய ஆசிரியரின் திருமணத்திற்கு ரகசியமாக போனதாகச் சொன்னதே கிடையாது.

கிணற்றுக்குள் எலும்புக்கூடு எப்படி வந்தது?

கிணற்றுக்குள் ஒரு மனித எலும்புக்கூட்டை யாராவது போடுவார்களா?

என் சித்தப்பா போட்டாரே. அதனால் அவர் பட்ட பாடு. அதை நினைத்தால் இன்றும் விழுந்து விழுந்து சிரிப்போம்.

என் சித்தப்பாவின் மகன் மருத்துவக் கல்லூரியில் சேர்ந்த போது ஒரு எலும்புக்கூடு வாங்கினான். இப்போதெல்லாம் ஆன்லைன் புகைப்படங்கள், குறிப்புகள் என்று பல உபகரணங்கள் உள்ளன.

ஆயிரத்து எழுபதுகளில், மாணவர்கள் இப்படித்தான் எலும்புக்கூடு, மண்டை ஓடு என்று வாங்கி வைத்துக் கொண்டு அதைப் பார்த்து தான் படிப்பார்கள்.

என் ஒன்று விட்ட தம்பி, அந்த எலும்புக்கூட்டை வீட்டுக்குக் கொண்டு வந்தவுடன் ஒரு பிரகலமே வெடித்தது.

“இதை வீட்டுக்குள் கொண்டு வராதே. வெளியில் தூக்கி போடு,” என்று என் சித்தப்பா கத்த ஆரம்பித்தார்.

அவன் வேண்டுமென்றே அந்த எலும்புக்கூட்டை அவர் கண்ணில் படும்படி தொங்க விடுவான். அவன் பக்கத்தில் டைனிங் ரூம் சேரில் வைத்துக்கொண்டு இரவு விடிய விடிய படிப்பான். என் சித்தப்பா காலையில் எழுந்து வந்தவுடன்

எலும்புக்கூட்டின் முகத்தில்தான் விழிப்பார். வீடே அதிரும்படி கத்துவார்

அவர் மகனும் கூலாக "வாடா தம்பி நம்ம ரூமுக்கு போகலாம்," என்று அதை எடுத்துச் செல்வான்.

இப்படியாக ஐந்து வருடங்கள் கழிந்தன. அவன் டாக்டர் பட்டமும் பெற்றான்.

"இந்த எலும்புக்கூட்டை முதலில் அப்புறப்படுத்து," என்று என் சித்தப்பா சொன்னார். "சரி அப்பா," என்று என் தம்பி தலையாட்டினாலும், அதை என்ன செய்வது என்று யாருக்கும் தெரியவில்லை.

அவன் ஜூனியர் மாணவர்கள் சிலரிடம் கேட்டுப் பார்த்தான். ஆனால் அவர்கள் தங்களுக்கு வேண்டாம் என்று சொல்லிவிட்டார்கள்.

என் சித்தப்பா வீட்டின் பின் தோட்டத்தில் ஒரு கிணறு இருந்தது. அதில் தண்ணீர் இருந்ததாக சரித்திரமே கிடையாது. வெறும் குப்பையும் கூளமுமாகத் தான் வறண்டு போய் காட்சியளிக்கும்

என் சித்தப்பா ஏதோ வேகத்தில் "இந்த சனியன் ஒழிந்தால் போதும்," என்று சொல்லி, அந்தக் கிணற்றில் எலும்புக்கூட்டை வீசி எறிந்தார்.

விஷயம் அப்படியே முடிந்திருக்கும். ஆனால் இல்லையே. அந்த எலும்புக்கூடு என் சித்தப்பாவை படாத பாடு படுத்துவேன் என்று கங்கணம் கட்டிக் கொண்டு நின்றது.

அவர்கள் வீட்டுக்கு வந்த ஒருவர், பின் பக்கத்தில் ஒரு வற்றிய கிணறு, குப்பைச் சேகரித்துக் கொண்டு இருப்பதைப் பார்த்தார்.

“அதை முதலில் சுத்தம் செய்யுங்க சார். இப்படி ஒரு கிணறு வீட்டில் இருப்பது வீட்டுக்கு ஆகாது,” என்று சொன்னார்.

என் சித்தப்பா வீட்டுக்கு ஆகாது என்றெல்லாம் நம்பாவிட்டாலும், “ஆமாம். ஆமாம். என்ன என்ன கருமம் உள்ள சேர்ந்து இருக்கிறதோ. கிணற்றை கண்டிப்பாகச் சுத்தம் செய்ய வேண்டும்” என்றார்.

டிரைவரை அழைத்து, “கிணறு தூர்வாரும் ஆட்களை அழைத்துவாப்பா. இனிமேலும் இந்த கிணற்றை இப்படியே விட்டு வைக்க கூடாது,” என்றார்

அவனும் நான்கு வேலையாட்களை அழைத்து வந்தான்.

“இவங்க புரஃபஷனல் தூர்வாருபவர்கள்,” என்று பந்தாவாக அறிமுகப்படுத்தி வைத்தான்.

அந்த நான்கு பேரில் இருவரை, வயிற்றில் கயிறு கட்டி கிணற்றின் உள்ளே இறக்கினார்கள். இறங்கிய மறுநிமிடம், உள்ளே இருந்தவர்கள், கத்து கத்து என்று கத்தினார்கள். மேலே அவர்கள் தூக்கப்பட்டவுடன், துண்டைக் காணோம் துணியைக் காணோம் என்ற ரீதியில், மூட்டை முடிச்சு எல்லாம் வாரிக்கொண்டு மற்ற இருவரையும் கூட்டிக் கொண்டு ஓடினார்கள்.

போகும் போது “படுபாவிகளா, என்னடா பண்ணியிருக்கிங்க,” என்று கத்திக்கொண்டே ஓடினார்கள்.

சித்தப்பாவுக்கு ஒன்றும் புரியவில்லை. டிரைவரை “என்னவென்று விசாரித்து வா,” என்று சொல்லி அனுப்பி வைத்தார்.

அவனும் திரும்பி வந்து, “உள்ளே ஒரு எலும்புக்கூடு இருக்கறதாம் சார். நீங்கள் யாரையோ கொலை செஞ்சு உள்ளே

மறைச்சு வச்சு இருக்கிங்க என்று சொல்றாங்க சார்," என்றான் தயங்கியபடி.

என் சித்தப்பா தன் மண்டையில் அடித்துக் கொண்டார். "இந்த எலும்புக்கூட்டால் எனக்கு எவ்வளவு நல்ல பெயர் பார் ," என்று மகனைப் பார்த்து கத்தினார்.

பிறகு சில நாட்கள் கழித்து வேறு ஆட்களை டிரைவர் கூட்டி வந்தான். அவர்களிடம் முன்கூட்டியே விஷயத்தைச் சொல்லி, கேட்டதை விட கூடுதலாக பணம் கொடுத்து கிணற்றைச் சுத்தம் செய்ய வைத்தார்கள்.

கிணற்றுக்கு மேல் ஒரு இரும்பு மெஷ் கதவுப் போட்டு, ஒரு பம்பு செட்டும் போட்டு எப்போதும் கிணற்றில் நீர் இருக்கும்படி பார்த்துக் கொண்டார் என் சித்தப்பா.

ஆனால் சித்தப்பா பாவம். யாராவது அவரைச் சீண்ட வேண்டும் என்று நினைத்தால் எலும்புக்கூட்டுப் பேச்சைத்தான் எடுப்பார்கள்.

அப்பொழுது அவர் அங்கே நிற்க மாட்டார். 'எஸ்கேப்,' என்ற ரீதியில் உடனே அந்த இடத்தைக் காலி செய்து போய் விடுவார்.

ஐஸ்கிரீம் விற்பவருக்கு என்ன அதிர்ஷ்டம்?

அன்று பள்ளியில் சிறுவன் நவாஸ் எரிச்சலாக இருந்தான். அவனுடைய 'பெஸ்ட் ஃப்ரெண்ட்' ஹமீத் அன்று அவனுடன் பேசவில்லை. ஹமீதின் அம்மா பள்ளிக்கு முன் தினம் வந்து பிரின்ஸ்பாலைப் பார்த்து அவரிடம் புகார் செய்துள்ளார்.

நவாசும் ஹமீதும் ஒன்றாக ஒட்டியே இருப்பதாகவும், பள்ளியில் ஹமீது செய்து மாட்டிக்கொண்ட தவறுகளுக்கு எல்லாம் நவாஸ் தான் காரணம் என்றும் புகார் செய்துள்ளார். நவாஸும் ஹமிதும் இனிமேல் சேரக் கூடாது என்றும் வேண்டுகோள் விடுத்துள்ளார்.

அன்று மத்தியானம் உணவு இடைவேளையில் சிறுவன் நவாஸ் மரத்தடியில் நின்று, ஹமீது மற்ற மாணவர்களுடன் போவதை எரிச்சலுடன் பார்த்துக் கொண்டிருந்தான். அவன் தாயின் மிரட்டலுக்கு பயந்து ஹமீது நவாஸுடன் பேசவே இல்லை. அவன் பக்கம் திரும்பிக் கூட பார்க்கவில்லை.

சிறுவன் நவாஸுக்கு இதைக் கண்டு, ஒரு வெறி பற்றிக் கொண்டது. மனதுக்குள் சோகம் குடி கொண்டிருந்தாலும், வெளியில் அதைக் காட்டிக் கொள்ளவில்லை. "நீ என்னுடன் பேசாவிட்டால் என்ன? எனக்கு வேறு நண்பர்கள் இருக்கிறார்கள்," என்று நினைத்துக் கொண்டான்.

பள்ளி கேட்டின் வெளியே குச்சி ஐஸ் விற்பவர் ஒருவர், ‘ட்ரிங், ட்ரிங்,’ என்று சைக்கிள் மணியை அடித்துக்கொண்டே கலர் கலராக குச்சி ஐஸ்களை விற்றுக்கொண்டு இருந்தார். வாசலைத் தாண்டி, பள்ளி வளாகத்திற்குள் அவர் வரக்கூடாது. ஆகையால் வெளியில் நின்று கொண்டே சிறுவர்களைக் கவர முயற்சி செய்து கொண்டிருந்தார்.

நவாஸ் அங்கு ஓடிச் சென்று ஒரு குச்சி ஐஸ்ஸை வாங்கினான். அன்று அந்த குச்சி ஐஸ்ஸின் விலை முப்பது பைசா தான் இருந்திருக்கும். பிறகு மேலும் நான்கு குச்சி ஐஸ்களை வாங்கி அங்கே வேடிக்கைப் பார்த்துக் கொண்டிருந்த அவன் வகுப்பு மாணவர்களுக்கு கொடுத்தான்.

அப்போது திடீரென்று அவனுக்கு ஒரு ஞாபகம் வந்தது. அன்று காலை அவசரத்தில் அவன் தந்தையிடம் பாக்கெட் மணி வாங்க மறந்து விட்டு இருந்தான். எப்போதும் போல தன்னிடம் நிறைய பாக்கெட் மணி இருக்கும் என்ற நினைப்பில் நண்பர்களுக்கெல்லாம் வேறு குச்சி ஐஸ் வாங்கிக் கொடுத்திருந்தான்.

இப்போது ஐஸ் விற்பவருக்கு கொடுக்க அவனிடம் ஒரு பைசா கூட இல்லை. அந்த மனிதர் அவனுடையச் சட்டையின் காலரைப் பிடித்து ஒரு உலுக்கு உலுக்கி காசு கேட்டால் என்ன செய்ய? மற்ற மாணவர்கள் முன்னால் அவமானப்பட வேண்டுமே என்று பயந்தான்.

தயங்கித் தயங்கி அவரிடம், “ஐயா, ஐஸூக்கு காசு நாளை தருகிறேன்,” என்று சொன்னான்.

அந்த மனிதருக்கு நவாஸ் யார் வீட்டுப் பிள்ளை என்று தெரியும். “அதனால் என்ன தம்பி. நீ நாளையே எனக்கு காசு தரலாம்,” என்று சொல்லி அவனை அதட்டாமல் அனுப்பி வைத்து விட்டார்.

ஆனால் மறுநாளும், அதற்கு பிறகு வெகுநாட்களுக்கும் அந்த ஐஸ் விற்பவர் பள்ளி பக்கம் வரவே இல்லை. அவருக்குக் கொடுக்க வேண்டிய பணத்தை தினமும் பள்ளிக்கு நவாஸ் கொண்டு வந்தான். ஆனால் அவரை நவாஸ் பார்க்கவே இல்லை.

அந்த வருடம் நவாசை ஊட்டியில் போர்டிங் ஸ்கூலில் சேர்த்தார்கள். வருடங்கள் பல உருண்டு ஓடின.

இப்போது நவாஸ் அவர்கள் ஒரு பெரிய தொழிலதிபர். அவர் தொழிலதிபராக மட்டும் இல்லாமல் ஒரு கொடை வள்ளலாகவும் திகழ்ந்தார். ஊரில் உள்ளவர்களிற்குப் பல உதவிகளைச் செய்து, நல்லவர் தன்மையானவர் என்றெல்லாம் பெயர் பெற்றிருந்தார்.

நாற்பது வயதைத் தாண்டிய நவாஸ் அவர்களுக்கு, மாலை நேரத்தில் தன் ஊரில் ஓடும் ஆற்றின் கரையில் தனிமையில் அமர்ந்து இருக்கப் பிடிக்கும்.

தன் வாகனத்தை ஆற்றங்கரையின் அருகே நிறுத்திவிட்டு அன்று நடந்தவற்றை எல்லாம் ஒரு முறை சிந்தித்துப் பார்த்துக் கொள்வார். அவர் அன்று தொழில் ரீதியாக எடுத்த முடிவுகள், அன்று சந்தித்த மனிதர்கள், அவரிடம் உதவி கேட்டு வந்தவர்கள் பற்றியெல்லாம் தனிமையில் அமர்ந்து ரீவைண்ட் செய்து பார்த்துக் கொள்வார். அமைதியான இயற்கைச் சூழலில் அப்படி செய்வது அவருக்குப் பிடிக்கும்.

ஒரு நாள் மாலை அவ்வாறு ஆற்றங்கரைக்குச் சென்ற போது, ஆற்றில் வெள்ளம் கரை புரண்டு ஓடிக் கொண்டிருந்தது.

அவர் தன் வாகனத்தை ரோடு ஓரமாக நிறுத்தி விட்டு அதன் மேல் சாய்ந்து நின்று, கரை புரண்டு ஓடும் வெள்ளத்தை ரசித்துக் கொண்டிருந்தார்.

அப்போது, 'ட்ரிங், ட்ரிங்' என்று சைக்கிள் மணி ஓசை கேட்டது. வயதான முதியவர் ஒருவர், ஒரு பெட்டியை சைக்கிள் கேரியரில் வைத்துத் தள்ளி கொண்டே வந்தார். அந்தப் பெட்டியின் மேல் ஒரு குச்சி ஐஸ் படமும், ஜெயா ஐஸ் என்ற பெயரும் பெயிண்ட் செய்யப்பட்டிருந்தன.

அவர் வேறு யாருமில்லை. அன்று பள்ளிக்கூட வாசலில் குச்சி ஐஸ் விற்ற அதே மனிதர் தான். இப்பொழுது அவருக்கு வயது என்பதைத் தாண்டி இருக்கும். ஆனாலும் அவர் தன் தொழிலைக் கைவிடவில்லை.

தான் யார் என்று காட்டிக் கொள்ளாமல் நவாஸ் அவர்கள் அந்த பெரியவரிடம் பேச்சுக் கொடுத்தார். அந்த ஐஸ் விற்கும் முதியவர் தன் கதையை நவாசிடம் சொன்னார்.

அவர் வீட்டிலேயே அவர் குடும்பத்தினர் குச்சு ஐஸ்களைத் தயாரிப்பார்களாம். அவர் அதை குளிர் தாங்கும் பெட்டியில் வைத்து ஊரில் இருக்கும் பெரிய பள்ளிகளின் வெளியே இடைவேளையின் போது விற்பாராம்.

"முன்பு போல் என்னால் சுறுசுறுப்பாக வேலை செய்ய முடியவில்லை. இந்த குச்சி ஐஸ் வியாபாரத்தில் கிடைக்கும் பணமும் மிகவும் சொற்பம் தான். ஆனால் வீட்டிலேயே முடங்கிக் கிடக்காமல் வெளியில் வருவது மனதுக்கு இதமாக இருக்கிறது. என் பேத்தி கல்யாணத்திற்கு கொஞ்சமாவது பணம் சேர்க்க வேண்டுமே," என்று அவர் சொன்னார்.

நவாஸ் அவர்கள் அந்த முதியவரின் விடா முயற்சியை வெகுவாக ரசித்தார். தான் பள்ளியில் சிறுவனாக இருந்தபோது அவருடைய பெருந்தன்மையையும் நினைத்துப் பார்த்துக் கொண்டார். தன் பர்சை வெளியில் எடுத்து, அதில் இருந்த பணத்தை எண்ணிக்கூட பார்க்காமல் மொத்தமாக அந்த முதியவரின் கையில் திணித்தார்.

ஐஸ் விற்பவர் அசந்து போனார். இவ்வளவு பணத்தை ஒரே நேரத்தில் அவர் கைகள் இதவரை பிடித்தது கிடையாது.

அவர் பார்த்துக் கொண்டிருக்கும் போதே நவாஸ் அவர்கள் தன் வாகனத்தில் ஏறி வேகமாகச் சென்று விட்டார்.

அந்த முதியவருக்கு அந்த பணத்தைக் கொடுத்தது ஒரு சாதாரண மனிதரா அல்லது ஒரு தெய்வப்பிறவியா என்று தெரியாமல் திகைத்து நின்றார்.

அந்த முதியவருக்குப் புரியவில்லை, அது தானமோ தர்மமோ அல்ல, அவர் பெற வேண்டிய கடன் பாக்கித்தான் என்று.

அன்று அவர் காசுப் பெறாமல் கொடுத்த ஐஸ்ஸின் விலை தான், பல வருடங்கள் கழித்து, பல மடங்கு பெருகி இப்போது வந்து சேர்ந்திருந்தது - கிட்டத்தட்ட நாற்பது வருடங்கள் கழித்து.

பேச மறுத்த பெண்

என்னை மிகவும் பாதித்த கதை இது. கதை இல்லை. உண்மை நிகழ்ச்சி.

ஆயிரத்து தொள்ளாயிரத்து அறுபதுகளில் நடந்த சம்பவம் இது.

தாமோதரன், அவர் மனைவி பிள்ளைகளுடன் நன்றாகத் தான் வாழ்ந்து வந்தார். அவர் மனைவிக்குத் திருமண வயதில் ஒரு தங்கை இருந்தாள். அவள் மனைவியின் பெற்றோர்கள், வயதானவர்கள் என்பதால் அந்த தங்கைக்குத் திருமணம் செய்து வைக்கும் பொறுப்பு தாமோதரன் மீதும், அவர் மனைவியின் மீதும் விழுந்தது.

மனைவியுடன் தாமோதரன் அந்த வேலையைச் செய்ய ஆரம்பித்தார். நல்ல மனதுடன் தான் அவர் அந்த வேலையில் இறங்கினார் என்று எல்லோரும் நம்பினார்கள்.

ஒரு வரன் பார்த்து, மச்சினிக்கு நிச்சயம் செய்தார். திருமண அழைப்பிதழ் அச்சடிப்பதில் இருந்து, புடவை நகை வாங்குவது, உறவினர்கள் வீட்டிற்குச் சென்று பத்திரிக்கை வைப்பது என்று எல்லா வேலைகளையும் தாமோதரனும் அவர் மனைவியும் ஒன்றாகச் சேர்ந்து செய்தார்கள்.

வீட்டில் எல்லாரும் கூடி மகிழ்ந்து திருமண நாளை எதிர்பார்த்துக் காத்திருந்தார்கள்.

திருமண நாளும் வந்தது.

சொந்த பந்தங்கள் எல்லாம் மண்டபத்தில் கூடினார்கள். மணப்பெண்ணை அலங்காரம் செய்து அழைத்து வந்து மேடையில் அமர்த்தினார்கள். மணமகன் மேடைக்கு வர வேண்டிய நேரம்.

மணமகனைக் காணவில்லை.

பெண் பிடிக்கவில்லை என்று கடிதம் எழுதி வைத்து விட்டு ஓடிவிட்டான்.

மண்டபம் அமளி துமளி பட்டது. பெண் மணமேடையில் வந்து அமர்ந்த பின் தாலி கழுத்தில் ஏறாமல் எழுந்திருக்க முடியாது.

இப்பொழுது அவசர அவசரமாக வேறு மாப்பிள்ளையைக் கண்டுபிடிக்க வேண்டும்.

இதுபோல் நம் சமுதாயத்தில் அப்பப்போ நடப்பதுண்டு. இப்படி மாப்பிள்ளை ஓடி விட்டால், உடனே சொந்தக்காரப் பையன் ஒருவன் கையில் காலில் விழுந்து கெஞ்சி, அவனை திடீர் மாப்பிள்ளை ஆக்கி விடுவார்கள்.

யாரை மாப்பிள்ளை ஆக்கலாம் என்று பெற்றோரும் உறவினர்களும் பேசிக் கொண்டிருக்கும் போதே, மணமகள் அருகில் ஒருவர் வந்து அமர்ந்தார். தாலியை எடுத்து மணப்பெண் கழுத்தில் கட்டி அவளை மனைவியாக்கிக் கொண்டார்.

அவர் வேறு யாருமில்லை. அவள் அக்கா புருஷன் தாமோதரன் தான்.

மண்டபமே உறைந்து போனது. மணப்பெண்ணின் அக்கா அதிர்ந்து நின்றாள். தாமோதரன் அவளிடமோ, அவள்

பெற்றோரிடம் சம்மதம் கேட்கவில்லை. ஒருவரிடமும் கலந்து ஆலோசிக்கவில்லை.

அங்கு நடந்த பிரச்சினையைத் தனக்குச் சாதகமாகப் பயன்படுத்தி, இளமையான இன்னொரு மனைவியை அடைந்துக் கொண்டார்.

சொந்த பந்தங்கள் எல்லாம் கத்த ஆரம்பித்தார்கள்.

“ஏய், ஏய், என்னப்பா ஆளு நீ?” என்று கையை ஓங்கி தாமோதரனை அடிக்க வந்தார்கள். சட்டையைப் பிடித்து உலுக்கி அசிங்க அசிங்கமாகத் திட்டினார்கள்.

ஆனால் அவர் மூத்த மனைவி மட்டும் ஒன்றும் சொல்லவில்லை. வேக வேகமாக மண்டபத்தை விட்டு வெளியேறி வீட்டுக்குப் போய் விட்டாள்.

அதற்குப்பின் அவள் பேசவே இல்லை.

அவள் அம்மா அப்பா வீட்டில் ஒரு அறையில் தன்னை அடைத்துக் கொண்டாள். அவள் கணவனையோ, தங்கையையோ, ஏன் அவள் பெற்ற பிள்ளைகளைக் கூட அவள் பார்க்க மறுத்துவிட்டாள்.

சில வருடங்கலில் மன உளைச்சல் காரணமாக இறந்து விட்டாள்.

தாமோதரன் வேறு ஊருக்கு மாற்றல் வாங்கிக் கொண்டு போனார். புது மனைவிக்கு இரண்டு பிள்ளைகள் பிறந்தன.

நாலு பிள்ளைகளுடனும் இரண்டாவது மனைவியுடனும் என்பது வயது வரை வாழ்ந்தார்.

தாமோதரனின் கதையை யார் சொன்னாலும், முதலில் நிச்சயிக்கப்பட்ட மாப்பிள்ளை கடைசி நிமிடத்தில் ஓடிப்

போனது தாமோதரனின் செயலாகத்தான் இருக்கும் என்று பேசிக் கொள்வார்கள்.

எந்த புத்தில் எந்த பாம்பு இருக்குமோ?

“அந்த தங்கையும் நல்லவளா என்ன? துரோகி! அக்காவுக்கு எதிராக சதிச்செயல் செய்திருப்பாள். மச்சானை அடைய எத்தனை நாள் ஆசை பட்டாளோ என்னமோ?” என்று பேசிக் கொள்வார்கள்.

“பல வீடுகளில் அக்கா தங்கை இருவரையும் ஒருவர் மணக்கவில்லையா என்ன? கொஞ்ச நாள் கழித்து அக்காவை சரிக்கட்டி விடலாம் என்று தங்கை நினைத்திருப்பாள்,” என்பார்கள்.

ஆனால், அவள் அக்கா வைராக்கியக்காரி. ஒரு வார்த்தைக் கூட அந்த துரோகிகளுடன் பேசவில்லை.

அவர்களைப் பார்க்காமல், அவர்களுடன் பேசாமல் தனிமையில் துவண்டு, செத்துப் போனாள்.

எதற்கு மயங்கினார் மாப்பிள்ளை

சுமதிக்கும் அவள் கணவர் கிருஷ்ணகுமாருக்கும் திருமணம் எப்படி நடந்தது தெரியுமா? அது ஒரு அழகான கதை

சுமதிக்குத் திருமண வயதானவுடன் அவள் அப்பாவும் அம்மாவும் மும்முரமாக மாப்பிள்ளைத் தேட ஆரம்பித்தார்கள்.

சொந்தக்காரர்கள், நண்பர்கள், கல்யாணத் தரகர்கள் என்று எல்லோரிடமும் சொல்லி பல மாப்பிள்ளைகளின் பயோ- டேட்டாக்களைப் பெற்று, அலசி ஆராய்ந்து, ஒரு சில மாப்பிள்ளைகளை நேரில் பார்த்து நிராகரித்து, கடைசியாக கிருஷ்ணகுமாரைத் தேர்வு செய்தார்கள்.

மாப்பிள்ளை வீட்டார்களை அவர்கள் வீட்டுக்கு பெண் பார்க்க அழைத்தார்கள். மாப்பிள்ளை வரும் நாளன்று தடபுடலாக டிபன் காபி எல்லாம் ரெடி செய்து, சுமதியை அழகான புடவை, நகை நட்டு எல்லாம் அணிய வைத்து, தயாராக எல்லோரும் காத்திருந்தார்கள்

அழைப்பு மணி ஒலித்தது.

அவள் பெற்றோர்கள் வாசல் கதவை திறந்து, வந்த விருந்தினர்களை வரவேற்றார்கள்.

அவர்கள் வந்து உட்கார்ந்து ஹாலில் பேசிக் கொண்டிருந்தார்கள். சுமதியை கிச்சனில் இருக்க சொல்லி இருந்தார்கள்.

சுமதி வீட்டில் கிச்சனுக்கும் ஹாலுக்கும் நடுவே இருந்த வாசலில் கதவு கிடையாது. ஒரு திரைச்சீலை [அதாவது கர்ட்டன்] மட்டும் தான் இருக்கும். அதற்கு பின்னால் சுமதி நின்று ஹாலில் என்னப் பேசுகிறார்கள் என்று கேட்டுக் கொண்டிருந்தாள்.

திரைச் சீலைக்குக் கீழ் அவளுடைய பாதங்கள் நன்றாகவே தெரிந்தன. செக்க செவேல் என்று, நகங்களில் பிங்க் நெய்ல் பாலிஷ் இட்டு கவர்ச்சியாக காட்சி அளித்தன.

மாப்பிள்ளை ஓரக்கண்ணால் அதை அப்பப்போ பார்த்துக்கொண்டார்.

கர்ட்டனுக்கு பின்னால் நின்ற சுமதிக்கு ஹாலில் பேசிய குரல்களில் ஒரு குரல் ஈர்த்தது. கணீரென்று, எந்தப் பதற்றமோ தடங்கலோ இல்லாமல் கேட்ட கேள்விகளுக்கு அழகாக பதில் அளித்துக் கொண்டிருந்தார் அந்த குரலுக்குச் சொந்தக்காரர்.

அவர் தான் மாப்பிள்ளை.

ஒருவரை ஒருவர் பார்க்கும் முன்னே, இருவரும் மற்றவர் பால் ஈர்க்கப்பட்டார்கள். அவர் கால் அழகில் மயங்கினார். அவள் குரல் அழகில் இதயத்தைப் பறிகொடுத்தாள்.

அன்று எல்லாம் இனிதே நடந்தது. இரண்டே மாதத்தில் சுமதி கிருஷ்ணகுமார் திருமணமும் சிறப்பாக நிகழ்ந்தது.

முதல் இரவு அன்று மாப்பிள்ளை கிருஷ்ணகுமார் மணப் பெண் சுமதியிடம், "நீ கிச்சன் கர்ட்டனுக்குப் பின்னால் நின்றது எனக்கு அன்று நன்றாகத் தெரிந்தது. முதலில் உன் அழகானப் பாதங்களைத் தான் பார்த்தேன். அப்போதே நான் தடால் என்று விழுந்து விட்டேன் தெரியுமா?" என்று சொல்லி சிரித்தார்.

அதற்கு சுமதியும், "உங்கள் குரலைத் தான் முதலில் கேட்டேன். ஆல் இந்தியா ரேடியோவில் பல நாடகங்களில்

கதாநாயகர்களுக்குக் குரல் கொடுத்தது நீங்கள் தான் என்று உடனே புரிந்து கொண்டேன். நீங்கள் தான் என் கதாநாயகன் என்று அப்போதே முடிவு செய்துவிட்டேன்'' என்று சொன்னாள் வெட்கத்துடன்.

இப்பொழுது அவர்களுக்குக் கல்யாணம் நடந்து நாற்பது வருடங்களுக்கு மேல் ஆகிவிட்டது. இன்றும் கிருஷ்ணகுமாரின் குரல் கம்பீரமாகத்தான் இருக்கிறது.

சுமதியோ மாதம் ஒரு முறை பார்லருக்குப் போய், தன் பாதஙகளுக்குப் பெடிக்யூர் செய்துக் கொள்வாள்.

அறுபது வயதைத் தாண்டியும், இன்றும் அவள் பாதங்கள் எப்போதும் நெயில் பாலிஷ் போட்டு அழகாக இருக்கும்.

பாரதியார் போல் முயல் ஏன் பேசியது

அனிருத் ரொம்ப உற்சாகமாக இருந்தான். அவனை விட அவன் அம்மா ஒரு படி மேல் உற்சாகமாக இயங்கிக் கொண்டிருந்தாள்.

அனிருத், அவன் அம்மா அப்பாவிற்குத் திருமணம் ஆகி எட்டு வருடம் கழித்து, பல சிகிச்சைகளுக்குப் பின் பிறந்தவன். ஒரே மகன் என்பதால் அவனுக்கு எல்லோரும் செல்லம் கொடுத்தார்கள்.

அனிருத் பள்ளியில் பெற்றோர்கள் தின விழா நடைப் பெற இருந்தது. அனிருதின் வகுப்பு மாணவர்கள் இருபது பேரும், மாறுவேடமணிந்து மேடையில் வந்து இரண்டு அல்லது மூன்று வரிகள் பேச வேண்டும்.

அனிருத்தின் அம்மா அவனை முயல் குட்டி வேடம் போட வைக்க நினைத்தாள். நாலு வயது சிறுவனுக்கு அது தான் பொருத்தமாக இருக்கும் என்பது அவள் கருத்து. மிகவும் சிரமப்பட்டு புசுபுசு என்று ஒரு வெள்ளை உடை தைத்தாள். பெரிய காதுகளுடன் தலைக்கு ஒரு தொப்பி செய்தாள்.

பின் அவன் பேச வேண்டிய வரிகளை விழுந்து விழுந்து அவனுக்குச் சொல்லிக் கொடுத்தாள். "நான் ஒரு புசு புசு முயல் குட்டி. நான் குதித்து குதித்து ஓடுவேன்."

இவ்வளவு தான் அவன் சொல்ல வேண்டிய வரிகள். இதைச் சொல்லிவிட்டு அவன் குதித்து குதித்து மேடையை விட்டு வெளியே போக வேண்டும்.

அவன் வகுப்பு ஆசிரியையும், வகுப்பு பிள்ளைகள் இருபது பேர்களுக்கும் நல்ல பயிற்சி கொடுத்தார்.

என் தங்கையும் தன் மகனை வீட்டில் டிரில் எடுத்தாள். நாங்களும் அதில் சேர்ந்து கொண்டு முயல் போல் குதித்து எல்லாம் காட்டினோம்.

பெற்றோர்கள் தினம் வந்தது.

பிள்ளைகள் அவர்களுடைய உடைகளை அணிந்து காத்திருந்தார்கள். பெற்றோர்கள் ஹாலில் ஆர்வத்துடன் அமர்ந்து இருந்தார்கள்.

ஸ்க்ரீன் மேலே தூக்கப்பட்டது. பிள்ளைகள் ஒருவர் பின் ஒருவராக மேடைக்கு வந்தார்கள். சிலர் சரியாகச் செய்தார்கள். சில குழந்தைகள் தாங்கள் சொல்ல வேண்டிய வரிகளை மறந்து பேந்த, பேந்த முழித்தார்கள்.

என் தங்கை மகன் பதினைந்தாவதாக மேடைக்கு வந்தான்.

"நான் ஒரு புசு புசு முயல்," என்றான். பின் தயங்கினான். பார்வையாளர்கள் இருக்கையில் அமர்ந்திருந்த என் தங்கையும், அவள் கணவனும் மூச்சைப் பிடித்துக் கொண்டு ஆவலுடன் பார்த்தார்கள்.

"நான் ஒரு புசு புசு முயல்," என்று திரும்பவும் முதலிலிருந்து ஆரம்பித்தான். பின் தன் கையை மேலே உயர்த்தி ஆட்டி, "அச்சமில்லை, அச்சமில்லை, அச்சமென்பதில்லையே," என்று மழலை குரலில் முழக்கமிட்டு விட்டு, பலத்தக் கரகோஷத்திற்கு நடுவே, ராஜநடை நடந்து வெளியே போனான்.

எல்லாரும் விழுந்து விழுந்து சிரித்தார்கள். என் தங்கை முழித்தாள். அவள் கணவனும் முழித்தார்.

பின் அடுத்து வந்த குட்டி பையன், பாரதியார் வேஷம் போட்டு வந்து, இதே வசனத்தை ஒழுங்காக சொல்லிவிட்டுப் போனான்.

என் தங்கைக்கு புரிந்தது, எங்கே இருந்து பாரதியார் வசனத்தை தன் மகன் கற்றான் என்று.

வீட்டுக்கு வந்த என் தங்கை தன்னைத் தானே நொந்துக் கொண்டாள்.

"என் மேல் தான் தப்பு. சின்ன பையனை ஒரு இன்ஸ்பெக்டர், சூப்பர் மேன், அல்லது வீரபாண்டிய கட்டபொம்மன், என்று வேடம் போட்டு அனுப்பி இருக்க வேண்டும். க்யூட்டாக இருக்கும் என்று புசு புசு முயல் குட்டியாக அனுப்பியது என் தப்பு தான்," என்றாள்.

தன் மகன் அனிருத்தை கட்டி அணைத்து, என் தங்கை கேட்டாள், "அடுத்த வருஷம் நீ யாராக போக வேண்டும்? சூப்பர் மேனா? பேட்மேனா?"

அதற்கு அவள் மகன் அனிருத், "நான் மைக்கேல் ஜாக்சன் மாதிரி போக வேண்டும், அம்மா," என்று பதில் அளித்தான்.

அவன் பார்த்துக் கொள்வான்

ஆஜர்மாவின் கதையைக் கேட்டால் ஒரு தாயின் தைரியமும், நம்பிக்கையும் நம்மை ஆச்சரியப்பட வைக்கும். தனியாளாக நின்று, தன் பிள்ளைகளை வளர்த்து ஆளாக்கி, நல்ல விதமாய் கரையேற்றிய ஒவ்வொரு பெண்ணும் போற்றப்பட வேண்டியவள்.

ஆஜர்மாவிற்கு முப்பது வயதாகும் போது, அவளுக்கு இரண்டு பெண் குழந்தைகள் பிறந்த பின், அவள் கணவன் அவளைப் புறக்கணித்து விட்டான்.

ஆஜர்மா அக்கம் பக்கத்து வீடுகளில் சமையல் வேலை செய்து பிள்ளைகளைக் காப்பாற்றினாள். அவர்களைப் பள்ளியில் படிக்க வைத்தாள். குர்ஆன் வகுப்புகளுக்கு அனுப்பினாள். நல்ல நாகரிகமாகவும் செல்லமாகவும் அவர்களை வளர்த்தாள்.

ஆஜர்மாவுக்கு ஒரு ஆசை இருந்தது. தன் இரண்டு மகள்களையும் அண்ணன் தம்பி இருவருக்குத் தான் கட்டி வைக்க வேண்டும். அவளுக்கு இருந்த ஒரே சொத்து, ஒரு வீடு. அதில் சகோதரிகள் இருவரும் ஒற்றுமையாக வாழ வேண்டும். ஒருவருக்கு ஒருவர் உதவி ஒத்தாசையாக இருக்க வேண்டும். இதுவே அவளுடைய ஆசை.

அதன் படி கல்யாணத் தரகர் ஒருவர் மூலம் இரண்டு சகோதரர்களைக் கண்டுப்பிடித்து, தன் இரண்டு மகள்களையும்

அவர்களுக்கு மணம் முடித்து வைத்தாள். இருவருக்கும் மறு வருடமே குழந்தைகள் பிறந்தன.

நன்றாக போய்க் கொண்டிருந்த வாழ்க்கையில் ஒரு இடி விழுந்தது. ஆஜர்மாவின் இளைய மகளின் கணவன் ஒரு விபத்தில் இறந்து போனான். ஆஜர்மா ஆடிப்போய் விட்டாள்.

பாவம் தனியாக ஒரு பெண், கல்வி அறிவு இல்லாதவள். போதாக்குறைக்கு ஏழ்மை நிலையில் உள்ளவள் வேறு. என்ன செய்வாள்? ஒரு வருடம் கழிந்தது. இரண்டு வருடங்கள் கழிந்தன.

இப்போது சொந்த பந்தங்கள் எல்லாம் "சிறு வயதுப் பெண்ணை அப்படியே வைத்து விடாதே. எவ்வளவு நாள்தான் நீ தாக்குப் பிடித்து அவளைக் காப்பாற்றுவாய்?" என்று நச்சரிக்க ஆரம்பித்தார்கள்.

மனைவியை இழந்த வயது முதிர்ந்த ஒருவருக்கு அவள் மகளை மணம் முடிக்கும் படி வற்புறுத்தினர்.

"வயது அறுபது தான் இருக்கும். அவருடைய இரண்டு மகள்களும் வெளியூரில் இருக்கிறார்கள். பிக்கல் பிடுங்கல் இல்லை. உன் மகளை அவருக்குக் கட்டிக் கொடு. உட்கார வைத்து சாப்பாடு போடுவார்," என்று மீண்டும் மீண்டும் வந்து தொல்லை கொடுத்தனர்.

"ஒரு பிள்ளைப் பெற்ற பெண்ணை வேறு யார் கட்டிக் கொள்வார்கள்? பசுவோடு சேர்த்து கன்று குட்டியையும் ஓட்டிச் செல்ல யாரும் முன்வர மாட்டார்கள்" என்று பகிரங்கமாக அவளிடம் சொன்னார்கள்.

ஆஜர்மா வானத்தை நோக்கி விரலை நீட்டுவாள். "அவன் பார்த்துக் கொள்வான். என் மகளுக்கு இருபத்து ஐந்து வயது

தான் ஆகிறது. அறுபது வயதை தாண்டிய ஒருவருக்கு அவளை மணம் முடித்துக் கொடுக்க முடியாது,'' என்று சொல்லுவாள்.

அவளுடைய நம்பிக்கை வீண் போகவில்லை.

ஒரு நாள் ஹாஜார்மா பக்கத்து ஊருக்கு கல்யாண சமையல் செய்யப் போனாள். அவளுக்கு ஒரு டாக்ஸி அமர்த்தி கொடுத்தனர் கல்யாண வீட்டுக்காரர்கள். அந்த டாக்ஸியை ஓட்டியது ஒரு இளைஞன்.

இரண்டு மூன்று நாட்கள் அவனே தான் வந்தான். ஹாஜர்மாவுடன் பாசத்துடன் பேசிக்கொண்டு வாகனத்தை ஓட்டுவான்.

அவள் கதையைக் கேட்டு மனம் உருகி, ஹாஜர்மாவின் மகளை அவனே திருமணம் செய்துக் கொள்ள முன் வந்தான்.

பிறகு என்ன? மறுமணம் வேண்டாம் என்று அடம் பிடித்துக் கொண்டிருந்த ஆஜர்ம்மாவின் மகளின் மனதை மாற்றி கல்யாணத்துக்குச் சம்மதிக்க வைத்தார்கள்.

நல்ல உள்ளம் கொண்ட அந்த டிரைவர் பையன், ஆஜார்மாவின் மகளை மணந்து, அவள் மகனையும் தன் மகனாக ஏற்றுக் கொண்டான்.

ஆஜர்மா, வானத்தை நோக்கி கையை நீட்டி, 'அவன் பார்த்துக்கொள்வான்' என்று அபார நம்பிக்கை வைத்திருந்தது பொய்க்க வில்லைப் பாருங்கள்.

பறவைகளும் காதலிக்குமா?

என் சித்தப்பா மகள் இந்த கதையை எனக்கு சொன்னாள். கதை சொல்லும்போது அவளுடையக் குரலும் முக பாவமும் என்னை மிகவும் பாதித்தது. இந்த கதையை நான் கண்டிப்பாக எழுதவேண்டும் என்று நினைத்தேன். ஆனால் அவள் சொல்லும் போது இருந்த உணர்வுகளை என் வார்த்தைகளால் படம் பிடித்துக்காட்ட முடியுமா என்று எனக்கு தெரியவில்லை.

என் தங்கையின் தோழியின் பெயர் கோமதி. கோமதியும் அவளுடைய கணவரும் ஒரு அப்பார்ட்மெண்ட் காம்ப்ளக்ஸில் பத்தாவது மாடியில் தநியாகக் கூடியிருந்தார்கள். கோமதியும் அவரும் வேலையில் இருந்து ஓய்வு பெற்ற தம்பதியர்கள். அவர்களுடைய இரண்டு மகள்களும் வெளிநாட்டில் இருந்தனர்.

கோமதியின் கணவர் ஒரு நாள் இரண்டு பச்சைக் கிளிகளை வாங்கி வந்தார். அவர்களது பத்தாவது மாடி பால்கனியை, கிளிகளுக்கு சரணாலயமாக மாற்றினார். அந்த பால்கனியைச் சுற்றி மூங்கில் தட்டிகள்களை வைத்து கிளிகள் தப்பித்து செல்ல முடியாமல் தடுத்தார்.

மேலும் அவர் அந்த பால்கனிக்குள் கிளிகள் விளையாட சிறிய ஊஞ்சல்கள் தொங்கவிட்டார். ஓட்டை விடப்பட்ட மண் பானைகளை வைத்து அலங்கரித்தார். கிளிகள் இளைப்பாற ஒரு கூண்டினையும் ஒரு மூலையில் வைத்தார். அவர் வீட்டு ஹாலில் இருந்து பால்கனிக்கு செல்லும் வாசலில், வலை

போடப்பட்ட ஒரு கதவை அமைத்தார். அதன் அருகில் அமர்ந்து கிளிகளைப் பார்த்து அவர்கள் ரசித்தார்கள்

அந்தக் கிளிகளுக்கு இந்த இடம் சொர்க்கம் போல் இருந்தது. கோமதிக்கு மட்டும் எப்பொழுதும் ஒரு பயம் இருந்து கொண்டே இருந்தது. பால்கனியைச் சுற்றி அமைந்திருந்த தடுப்பின் மூங்கில் குச்சிகளிடையே இருந்த இடைவெளிகள் கொஞ்சம் பெரியதாக இருப்பது போல் தோன்றின. பறவைகள் அதன் வழியே புகுந்து வெளியில் பறந்துப் போய்விடும் என்று அவள் நினைத்தாள்.

ஆனால் அதுபோல் எதுவும் நடக்கவில்லை. கிளிகள் பால்கனியை விட்டுச் செல்ல முயற்சி செய்யவே இல்லை.

கோமதியும், அவள் கணவரும், காதல் வயப்பட்டது போல் கொஞ்சி விளையாடிய கிளிகளைக் கண்டு ரசித்தனர். அவர்களுக்கு அது ஒரு நல்ல டைம் பாஸாக அமைந்தது.

அப்படியே ஒரு வருடம் ஓடியது.

பின் ஒரு கிளி நோய்வாய்ப் பட்டது. அது இரண்டு நாட்களாகச் சோர்வாக காணப்பட்டது. அந்த கிளி உணவு உட்கொள்ளவில்லை, பறக்கவில்லை. முக்கியமாக தன் இணையுடன் கொஞ்சி விளையாடவில்லை. நோய் தாக்கித் தவித்த கிளியை, இரண்டாம் கிளி சுற்றிச் சுற்றி வந்தது. தன் சிவந்த அலகுகளால் அதை நீவி நீவி விட்டது. எந்தப் பலனும் இல்லை.

ஓரிரு நாட்களில் அந்த கிளி செத்துப் போனது. உயிரோடு இருந்த மற்ற பறவையும், இறந்த தன் துணையின் அருகில் நின்று பரிதாபமாகக் கத்திக் கொண்டே இருந்தது.

கோமதியும் அவள் கணவனும், மறு நாள் இறந்த கிளியின் உடலை அப்புறப்படுத்தி விட்டு, வேறு கிளி வாங்கி வந்து,

இங்கு இருக்கும் கிளிக்கு ஒரு துணயாக விடலாம் என்று எண்ணினார்கள். கனத்த இதயத்துடன் தூங்கச் சென்றார்கள்.

மறுநாள் காலை அவர்கள் கண்விழித்த போது ஒரு நிசப்தம் அவர்களை வரவேற்றது. எந்த கிளியின் ஓசையும் அவர்கள் காதில் விழவில்லை. பால்கனியின் வலை கதவு வழியாக எட்டிப் பார்த்தார்கள். மரித்த அந்த கிளியின் உடம்பு தரையில் ஆதரவற்று கிடந்தது. மற்றொரு கிளியை காணவில்லை.

தடுப்புக்கு நடுவே இருந்த இடைவெளி வழியாக புகுந்து அது பறந்து போயிருந்தது.

என் சித்தப்பா மகளும் கோமதியும் இதைப் பற்றி வியந்து, வியந்து பேசினார்கள். எப்பொழுதும் மூங்கில் தட்டியின் இடைவெளிகள் பெரிதாகத் தான் இருந்தன.

சுதந்திரமான வெளி உலகம் அந்த இரண்டு கிளிகளும் ஒன்றாக இருந்த போது, அவைகளுக்கு எந்த சலனத்தையும் ஏற்படுத்தவில்லை. வெளியில் பறந்து போக வேண்டும் என்ற எண்ணம் வரவில்லை. ஒன்றின்மேல் ஒன்று கொண்ட காதல் கூண்டுக்குள்ளே அந்த கிளிகளைத் தக்க வைத்தது. ஆனால் ஒரு கிளி இறந்தவுடன் மறு கிளிக்கு அங்கு இருக்க பிடிக்கவில்லை. தப்பித்துப் போய் விட்டது.

என் சித்தப்பா மகள், “அக்கா, பறவைகளுக்குக் கூட மனிதர்களைப் போலவே உணர்ச்சிகள் இருக்குமா? மனிதர்களைப் போலவே பறவைகளும் ஆழமாக தன் துணையை நேசிக்குமா?”

என்று என்னிடம் கேட்டாள்.

எனக்கு பதில் சொல்ல தெரியவில்லை.

கல்யாணம் ஆகியும் பிரம்மச்சாரி

கல்யாணம் ஆகியும் பிரம்மச்சாரி . ஏன் ஒரு பழைய படத்தின் பெயரை சொல்கிறேன் என்று நினைக்கிறீர்களா?

இது என் பக்கத்து வீட்டுப் பையனின் பஞ்ச் டயலாக்.

திருமணமான முதல் மூன்று மாதங்கள் ஒருவன் தன் மனைவியை விட்டுத் தள்ளி இருக்கும்படி சந்தர்ப்பமும் சூழ்நிலையும் அமைந்தால், யார் தான் இப்படி பேச மாட்டார்கள்?

என் பக்கத்து வீட்டுப் பையன் பெயர் விஜய் குமார். விஜய் குமாருக்கு பெரியவர்கள் ஒரு வருடத்துக்கு முன்பே திருமண தேதியைக் குறித்து இருந்தார்கள்.

ஆனால் திருமணத்திற்கு மூன்று நாட்களுக்கு முன் விஜயகுமாருக்கு அம்மை வார்த்தது.

“திருமணத்தை நடத்தலாமா, நிறுத்தலாமா?” என்று பெற்றோர்கள் யோசிக்க ஆரம்பித்தார்கள்.

பெரியவர்கள் கலந்து ஆலோசித்து ஒரு முடிவுக்கு வந்தார்கள்.

திருமணத்தை நடத்தலாம். தாலி கட்டிய கையோடு மாப்பிள்ளை வீட்டுக்கு வந்து பெண் விளக்கு ஏற்றி கும்பிட்டு விட்டு, அவள் வீட்டுக்கு போய்விட வேண்டும்.

மாப்பிள்ளை குணமான பின் ஒரு நல்ல நாள் பார்த்து அவளை கணவன் வீட்டுக்கு அழைக்கலாம் என்று முடிவு எடுத்தனர்.

இந்த யோசனை எல்லோருக்கும் பிடித்துப் போனது. அப்படியே செய்தார்கள்.

மணப்பெண் அவள் வீட்டிலும், மாப்பிள்ளை அவர் வீட்டிலும் இருந்து அவர்கள் சேரப் போகும் நாட்களை எண்ணிக் கொண்டிருந்தார்கள்.

மாப்பிள்ளையும் குணமானார். பெரியவர்கள் பெண்ணை வீட்டுக்கு அழைக்கும் நல்ல நாள் குறித்தார்கள்.

பாவம் விஜய்குமார். அந்த நாளை எதிர்நோக்கி கனவு கண்டு கொண்டிருந்த அவனுக்கு மீண்டும் ஒரு ஏமாற்றம்.

மே மாதம் இருபத்தி நான்கு என்று தேதி குறித்தார்கள். அதற்கு இரண்டு நாட்களுக்கு முன், விஜய்யின் அம்மாவுக்கு அம்மை வார்த்துப், படுத்து விட்டார்.

பெண்ணை மாப்பிள்ளை வீட்டுக்கு வராமல் தடுத்து விட்டார்கள். அவர் மெல்ல மெல்ல குணமாகும் முன்பு விஜய்யின் அப்பாவுக்கும் அம்மை வார்த்தது.

அன்னா இன்னா என்று மூன்று மாதங்கள் கழித்த பின் தான் பெண் மாப்பிள்ளை வீட்டுக்கு வந்தாள்.

அந்த மூன்று மாதங்களும் விஜய் பட்டபாடு. "என்னப்பா விஜய், புது மாப்பிள்ளை, என்ன ஆச்சு?" என்று நாங்கள் பாவமாகவும், கிண்டலாகவும் கேட்ப்போம்.

விஜய் சிரித்துக் கொண்டே சொல்வான், "நான் கல்யாணம் ஆகியும் பிரம்மச்சாரி," என்று.

இப்போது விஜய்க்கு ஐந்து வயதில் ஒரு மகளும், மூன்று வயதில் ஒரு மகனும் இருக்கிறார்கள்.

அவர்களைப் பார்த்து அக்கம் பக்கத்தில் உள்ளவர்கள் என்ன கேள்வி கேட்பார்கள் தெரியுமா?

"என்னப்பா விஜய், பசங்களுக்கு அம்மை தடுப்பூசி போட்டுட்டியா?"

குல்சும் பஷீர்.

மெல்லப் பேசும் கதைகள்.

www.ingramcontent.com/pod-product-compliance
Lightning Source LLC
LaVergne TN
LVHW091116150826
845673LV00002B/854

* 9 7 9 8 8 9 3 2 2 8 7 2 4 *